సైంధవభవనం

లో

సూర్యగ్రహణం

−మొదటి కథ

రంగసాయి కొమరగిరి

కృతజ్ఞతలు

గురువు, దైవం కీ.శే. శ్రీ సబ్బవీసు సుబ్రహ్మణ్యం గారి దీవెనలతో, తల్లిదండ్రులు కీ.శే. వేంకట శివ పార్వతి, సూర్య ప్రకాశ రావు ల ప్రేమ తో, ధర్మపత్ని సాయి గీత పూర్తి సహకారం తో, నా ప్రతి అడుగు వెనక నడిపించే ధైర్యం అయిన కీ.శే. కొరా కృష్ణమూర్తి గారు, శ్రీనాధుని వేంకట సీతారామాంజనేయ రావు గారు, ముక్కామల వేంకట లక్ష్మి నరసింహ స్వామి గారు ల ప్రోత్సాహం తో, అమితమయిన ప్రేమ కురిపించే నా బంధుమిత్రులు, శ్రేయోభిలాషుల ఆశీర్వాదం తో నా మొదటి పుస్తకాన్ని మీ ముందు ఉంచుతున్నాను.

1. గోడు – గోడ

"కృష్ణుడు భగవద్గీత చెప్పి ఉండకపోతే కురుక్షేత్ర యుద్ధం జరిగేది కాదా?"

"పడిన శిక్ష చేసిన తప్పుకి కర్మ ఫలితం అయితే, మరి చేసిన తప్పు దేనికి ఖర్మ ఫలితం?"

"పదవి, భక్తి, ధనం, దానం, బలం, బలగం ఇలా ప్రతి పోలిక లో రావణుడు రాముని కన్నా ఎక్కువ అయినప్పుడు మరి రాముడు ఎలా గెలిచాడు?"

"కర్ణుని పుట్టుక కుంతి కోరికా లేక కౌరవుల చావుకా?"

"ఒకడు ఎదుటివాడిని కావాలని గెలిపిస్తే, గెలిపించినవాడు గెలిచినట్టా? ఓడించినవాడు గెలిచినట్టా?"

"కృష్ణుడు యుద్ధం ఆపగలడు, కాని ఆపలేదు. రాముడు యుద్ధం ఆపాలనుకున్నాడు కానీ తప్పలేదు. కథలకి ముగింపు యుద్ధమేనా, గాధలకు ముగింపు రోదనలేనా?"

"తప్పు ఒప్పు అనే పదాలకి నిజంగా అద్వైత అర్థాలు ఉన్నాయా? నిజం అనేది మనం చూసేదా? వినేదా? జరిగేదా? లేక నమ్మేదా?"

"బలిచక్రవర్తి మంచివాడయినప్పుడు విష్ణువు ఎందుకు కాలికింద ఉంచి తొక్కాడు?"

"మంచి కోసం చెడు చేసేవాడు గొప్పా? చెడు కోసం మంచి చేసేవాడు గొప్పా?"

"నిజం... చెప్పడానికి బాగుంటుందా? వినడానికి బాగుంటుందా?"

ఇవన్నీ నేను మిమ్మల్ని అడిగేవి కాదండీ బాబూ, రోజూ నేను వినే రొదలు. ఇంతకీ ఎవర్రా ఇలాంటి సంబంధం లేని ప్రశ్నలతో మొదలుపెట్టాడు అనుకుంటున్నారా? "నీకు చెప్పినా ఆ గోడకి చెప్పినా ఒక్కటే" అని మీరు అసహనంతో తలచుకునే, ఏ సమాధానం ఇవ్వలేని, సమాధాన పరుచుకోలేని, ప్రాణం లేకపోయినా చెవులు ఉన్నాయి అనిపించుకునే గోడని, ఎల్లప్పుడూ మీతో ఉండే తోడుని.

నేను ఒక గోడని, అవును, ఒక జైలు గది గోడని. జైలు శిక్ష పడ్డ ప్రతి ఖైదీ, ఎవరితో పంచుకోలేని, మనసులో దాచుకోలేని గోడు వినే గోడని. ఎన్నెన్నో ప్రశ్నలు, ప్రశ్నించలేని సమాధానాలు, ఊహించలేని మార్పులు, వదలని జ్ఞాపకాలు, చెదరని పీడకలలు, వింతైన వేదాంతాలు, లెక్కలేని లౌక్యాలు, దిక్కులేని జీవాలు, మొక్కిన దేవుళ్ళు, మిక్కిలి మనస్తత్వాలు అబ్బో ఇలా చెప్పుకుంటూ పోతే నేను విన్నవి మీకందించడానికి ఈ పుస్తకం సరిపోదు.

అందుకే నా దగ్గర ఉన్నవాటిలో మిమ్మల్ని ఖచ్చితంగా మెప్పించే ఒక కథ తో మీ ముందుకు వచ్చాను.

2. సైంధవభవనం

ఈ జైలు పేరు సైంధవభవనం. ఎర్రని గోడలు, నల్లని తలుపులు, తెల్లటి కంచెలు. అడవి మధ్యలో నిర్మించిన ఈ జైలు కి మరో ప్రత్యేకత ఉందండోయ్, దేశం లో పులుల సంఖ్య తక్కువగా ఉందని ఈ జైలు ఆవల నలుదిక్కులా ఒక పది కిలోమీటర్ల మేర పులులని సంరక్షిస్తారు. వాటిని అంతరించకుండా చూసుకోవటం కోసం ఈ ప్రదేశాన్ని ప్రభుత్వం "Tiger Zone" గా ప్రకటించింది. ఇక మీకు అర్థమయ్యి ఉంటుంది ఇక్కడ నుండి తప్పించుకునే ప్రయత్నం కూడా వృధా అని.

ఇదొక వృత్తం (circular) ఆకారంలో ఉన్న పాత కట్టడం, సుమారు 180 సంవత్సరాల క్రితం కారడివి నీడలో వెలిగే దీపజాతి ప్రజలను రక్కససింహ అనే ఒక దొర పరిపాలించేవాడు. అసలు పేరు సింహ అయితే అక్కడి ప్రజలందరూ రక్కస సింహా గా పిలిచేవారు. తన మాటను విననివాళ్ళ కోసం కట్టించిన సైంధవభవనం ఇది. స్వాతంత్ర్యం వచ్చిన తరువాత సైంధవభవనం అనే పేరును అలాగే ఉంచి, ప్రభుత్వ జైలు గా మార్చారు.

మొత్తం 54 గదులు ఖైదీలకి, 9 గదులు సిబ్బందికి, ఒక పెద్ద హాల్ ను వంట మరియు భోజనాలకి కేటాయించారు. వృత్తం ఆకారంలో ఒక పెద్ద ప్రహరీ గోడ, ఆ గోడకు ఒకే ఒక గేటు, జైలు లోకి ఎవరు రావాలన్నా అదే గేటులో నుంచి రావాలి. ప్రహరి గోడ దాటి ఒక పదిహేను అడుగులు లోపలకి వస్తే ఖైదీల గదుల తో సహా అన్ని గదులూ వృత్తం అంచు లాగా కట్టబడి ఉంటాయి. ఒక గదికి మరో గదికి మధ్య కనీసం అయిదు అడుగుల ఖాళీ స్థలం ఉంటుంది. జైలు మధ్య నుండి చూస్తే అన్ని గదులూ కనబడతాయి.

ఒక్క గది మాత్రం ఆ వృత్తానికి సరిగ్గా మధ్యలో ఉంది, అది కూడా వృత్తం ఆకారం లో కట్టబడి ఉంది. అందులోనే రక్కస సింహ కూర్చునేవాడు. ఇప్పుడు అది జైలరు ఆఫీసు గా మార్చారు. ఆ గదికి ఎనిమిది కిటికీలు ఉంటాయి. జైలు మొత్తాన్ని గమనించటానికి అలా కట్టడం జరిగింది. ఇదంతా మన ఇంజినీర్ల ప్రతిభ కాదండోయ్, రక్కససింహ యొక్క రాక్షసత్వం ఇప్పుడిలా ఉపయోగపడుతోంది.

ఆ జైలరు ఆఫీసుకి మరియు ఖైదీల గదులకి మధ్య చాలా స్థలం ఉంది. ఈ ఖాళీ స్థలంలో వారికి అప్పగించిన పనులు చేసుకుంటారు ఖైదీలు. ప్రతి యాభై అడుగులకు ఒక చెట్టు, దాని కింద గట్టు ఉంటాయి.

ఈ జైలుకు చేరుకోవాలంటే ఆ టైగర్ జోను మధ్య నుండి ఒకే రహదారి. పచ్చటి అడివి మధ్యలో నల్లటి గీత ఈ తారు రోడ్డు. నేరుగా సైంధవభవనం లోపలికి వెళుతుంది ఈ రోడ్డు. పులులు తిరిగే స్థలం కావడం తో సైంధవభవనం గేటు ఎప్పుడూ మూసే ఉంటుంది.

ఆ మూసిఉన్న గేటుకి ఉన్న చిన్న కిటికీలో నుండి రహదారి వంక కొత్త జైలరు కోసం ఎదురుచూస్తూ నిలుచుని ఉన్నారు ఆ జైలు సిబ్బంది. అందులో అందరికన్నా ముందు నిలుచున్నది సైంధవభవనం సబ్ జైలరు

శరద్.

శరద్ కు 51సంవత్సరాల వయసు. జైలరు అవ్వాలని చాలా కాలం నుండి కష్టపడుతున్నాడు. పదోన్నతికి సరిపడా చదువు లేకపోవడం వల్ల 25 సంవత్సరాలుగా ఇదే జైలులో పనిచేస్తున్నప్పటికీ జైలరు అవ్వలేకపోయాడు. పట్టుదలతో సబ్ జైలరుగా పనిచేస్తూనే సాయంత్రం కాలేజీకి వెళ్ళి పాస్ అయ్యి రెండు నెలల క్రితమే జైలరు పదవికి అర్హత సాధించాడు. ఇంత చేసినప్పటికీ ఈ జైలుకు వేరే జైలరును నియమించారు. అది తలుచుకుంటూ కొత్త జైలరును స్వాగతించడానికి సిబ్బందితో కలిసి గేటు వద్ద నిలుచుని ఎదురుచుస్తున్నాడు శరద్.

శరద్ కు కాస్త వెనుక జైలు అటెండర్ చిత్రసేన్ పూలదండ పట్టుకొని నిలుచున్నాడు.

చిత్రసేన్ ఈ జైలు లో అటెండర్ గా మూడు సంవత్సరాలు పూర్తి చేసుకున్నాడు. జైలుకు అతి దగ్గరలో ఉన్న గాంధారం అను ఒక కుగ్రామానికి చెందినవాడు. స్థానికుడు అవడం తో చాలా సులువుగా జైలు లో ఉద్యోగం దొరికింది. ఇంట్లో బాధ్యతల రీత్యా 20 సంవత్సరాలకే ఈ జైలు లో ఉద్యోగం లో చేరవలసివచ్చినా, ఇది అతని తెలివితేటలకి తగ్గ ఉద్యోగం కాదని, పై చదువులకి వెళ్ళమని, లేకపోతే తనలాగే ఉండిపోవలసి వస్తుందని శరద్ తరచు చిత్రసేన్ కు చెబుతూ ఉంటాడు.

సుమారు ఉదయం పది గంటల సమయంలో ఒక ప్రభుత్వ వాహనం సైంధవభవనం లోపలికి వచ్చింది. అందులోనుంచి కొత్త జైలరు "ద్రోణా భూపతి" దిగారు.

3. తండ్రి ఆశీర్వాదం

అందరి ముఖాలలో ఆశ్చర్యం, ఇంత లేతగా ఉన్నాడు అని కొంతమంది, పిల్లాడిని వేసారు జైలరుగా అని కొంతమంది, పాపం అని మరికొందరు గుసగుసలాడుకుంటున్నారు. ఇంత అనుభవము ఉండి, ఇదే జైలులో పాతిక సంవత్సరాలుగా పని చేస్తున్న శరద్ ను కాదని కుర్రాడికి ఇచ్చారేమిటి అని సిబ్బంది అంతా శరద్ వైపు జాలిగా చూసారు. ఈ గుసగుసలు, చూపులు శరద్ ఊహించినవే కాని తప్పనివి. లోపల ఏముందో తెలియదు కాని బయటికి మాత్రం చాలా సంతోషం చూపుతూ కొత్త జైలరును ఆహ్వానించాడు శరద్.

చిత్రసేన్ వద్ద ఉన్న పూలదండను తీసుకున్న శరద్, ద్రోణకు వేసి స్వాగతం పలికాడు. అంత పెద్దాయనతో దండ వేయించుకోవడానికి కాస్త ఇబ్బంది పడ్డాడు ద్రోణ.

ద్రోణకి 26సంవత్సరాలు ఉంటాయి. అయిదున్నర అడుగులు ఉంటాడు. మొహంలో ఉత్సాహం, ఆనందం. కొత్తగా పెళ్లయింది. భార్యతో సహా క్వార్టర్స్ లో ఉండడానికి సిద్ధపడి వచ్చాడు. జైలర్ గా ఇదే మొదటి

జైలు. ఉద్యోగంలో చేరిన మొదటి రోజు అవ్వడంతో స్వీట్లు తెచ్చి సిబ్బంది కి పంచాడు.

అతని ముఖం లో ఆనందం చూసిన వాళ్ళందరూ, ఈ జైలు లో ఉద్యోగానికి కూడా ఇంత సంతోషపడేవాడిని ఇప్పుడే చూస్తున్నాము అనుకున్నారు.

సిబ్బందితో కలిసి తన ఆఫీస్ రూమ్ కి వెళ్ళిన ద్రోణ, తన మెడలో ఉన్న దండలు తీసి టేబుల్ మీద పెట్టి, గది లోపల గోడకి, అదేనండి... నా మొహం మీద మేకులు దించి తగిలించిన ఫోటోలు చూస్తున్నాడు. ఇంతకుముందు ఈ జైలులో జైలర్లుగా పనిచేసినవారి ఫోటోలు తగిలించి ఉన్నాయి.

తన అసిస్టెంట్ చిత్రసేన్ కి ఆ ఫోటోలు అన్నిటినీ శుభ్రంగా తుడవమని చెప్పి, మిగతా సిబ్బందిని తనతో రమ్మని జైలులో రౌండ్స్ వేయటం మొదలుపెట్టాడు.లేడికి లేచిందే పరుగు అని గొణుక్కుంటూ, ద్రోణ వెంట వెళ్ళారు అంతా.

ద్రోణ సిబ్బందితో కలిసి చాలావరకు గదులని పరిశీలించి, కొంతమంది ఖైదీలతో, పనివాళ్ళతో మాట్లాడి, ఖైదీలకి ఏవైనా ఇబ్బందులు ఉన్నాయేమో కనుక్కుని, వాళ్ళు చెప్పినవి జాగ్రత్తగా రాసుకొని తిరిగి తన ఆఫీస్ కి వచ్చాడు. ఈ లోపు చిత్రసేన్ అన్ని పటాలను శుభ్రం చేసి ఉంచాడు. పటాలతో పాటు నన్ను కుడా శుభ్రం చేయమనుంటే బాగుండేది.

తను తెచ్చిన పూలదండ తీసి ఆ పటాలలో ఒక దానికి వేసి దండం పెట్టాడు ద్రోణ. ఇది చూసిన ఒక సిబ్బంది అదేంటి అంత మంది జైలర్ల పటాలు ఉంటే, ఒక్కదానికే దండ వేసాడు అని గొణిగేలోపే, ఆ ఫోటో

లో ఉన్నది జైలర్ భరద్వాజ్ అని, ఈ జైలర్ ద్రోణ ఆయన కొడుకే అని, పదవిలో ఉండగానే గుండెపోటుతో చనిపోయారు అని అతని అనుమానాన్ని తీర్చాడు పక్కనే ఉన్న మరో సిబ్బంది.

ఇక్కడ కూడా వారసత్వ వైఖరి అని కొంతమంది, పట్టుదల తో సాధించాడు అని కొంతమంది, తండ్రి కోరిక అయ్యి ఉంటుంది అని కొందరు, మరి తండ్రి చెప్పలేదా ఈ జైలు సంగతి? అని కొందరు పెదవి విరిచి, వాళ్ళ పనుల్లోకి వెళ్ళిపోయారు.

తండ్రికి నమస్కరిస్తున్నంతసేపు ద్రోణ కళ్ళల్లో నీరు. ముఖం చేతులతో తుడుచుకొని, తన కుర్చీని కర్చీఫ్ తో తుడుచుకుని గర్వంగా కుర్చీలో కూర్చున్నాడు ద్రోణ. అలా కూర్చున్నాడో లేదో, చిత్రసేన్ వచ్చి "ఇవాళ విజిటర్స్ డే సార్", మీరు అనుమతి ఇస్తే వాన్ లోపలికి వస్తుంది అని చెప్పాడు.

నెలకి ఒకసారి, ఖైదీలను తమ బంధుమిత్రులతో పదిహేను నిమిషాలపాటు కలవనిస్తారు. ఆ రోజును విజిటర్స్ డే అంటారు. ఆ రోజున ఖైదీలకు సంబంధించిన వారు ఈ జైలుకు రావాలంటే ఒక్కటే మార్గం, జైలు ఏర్పాటు చేసిన విజిటర్స్ వాన్ లో రావాల్సిందే. ఎవరయినా ఖైదీ విడుదల అవుతుంటే మాత్రం సొంత వాహనం రావచ్చు.

వాన్ ను లోపలికి రావడానికి అనుమతి ఇచ్చిన ద్రోణ, తన ఎడమవైపు ఉన్న రెండు కిటికీలను తెరిచి బయటకి వెళ్ళమని చిత్రసేన్ కి చెప్పాడు. ఆ కిటికీల నుండి ఖైదీలు విజిటర్స్ ని కలిసే స్థలం కనబడుతుంది. ఖాళీ స్థలంలో తాత్కాలికంగా ఏర్పాటు చేసిన విజిటర్ బల్లలను గమనిస్తూ రేడియోలో వచ్చే పాటలు వింటూ కూర్చున్నాడు.

4. సూర్యచంద్రులు

ఖైదీలను కలవడానికి వచ్చినవాళ్ళు పాస్ లు చేతిలో పట్టుకుని క్రమం లో కూర్చున్నారు. ఖైదీలను కలవాలనుకున్నవాళ్ళు, వారం ముందుగానే కలవటానికి పాస్ తీసుకుని ఉండాలి. అలా పాస్ తెచ్చిన వాళ్ళు మాత్రమే ఖైదీలను కలవగలరు. ఆ పాస్ మీద తేదీ, వచ్చిన వారి వివరాలు మరియు ఖైదీ వివరాలు ఉంటాయి. ఒక పాస్ ను చేతిలోకి తీసుకున్న అధికారి "సూర్య" అని పిలిచాడు.

సూర్యకు 36 సంవత్సరాల వయసు, సుమారు ఆరడుగులు ఉంటాడు, నిర్వేదంతో నిండిన ముఖం, గుండె బరువు కళ్ళల్లో కనపడుతోంది. ఒక జీవచ్ఛవంలా మెల్లగా నడుచుకుంటూ వచ్చి బల్ల వద్ద కూర్చున్నాడు. బల్లకు అవతల వైపు నయన కూర్చుంది.

"ఎలా ఉన్నావు" అని నయన అడిగిన ప్రశ్నకి సూర్య ఏమీ మాట్లాడకుండా నయన మొహం వైపు, తన మెడలో తాడు వైపు చూస్తున్నాడు.

తన భర్త పనిమీద ఈ ఊరికి వచ్చాము అని చెప్పిన నయన, "ఒక సారి చూసి వెళదాం అని వచ్చాను" అని చెప్పింది.

ఇద్దరి మధ్య కొన్ని క్షణాల మౌనం

" నాకు ఒక బాబు, సంతోషం గా ఉన్నాను"

సూర్య లో ఉలుకు పలుకు లేదు. ముఖం లో కవళికలు లేవు. నాయన మాటలు సూర్య చెవులకు చేరుతున్నాయో లేదో అర్థం కావటం లేదు.

"సూర్య... వింటున్నావా?"

మళ్ళీ సూర్య మౌనమే..

ఎంత చెప్పినా సూర్య మాట్లాడకపోయేసరికి ఇంక లేచి వెనక్కి తిరిగి వెళ్ళిపోయింది.

వెనుతిరిగిన నయననే చూస్తున్నాడు సూర్య.. "నయన" తన పెదవులు తెలియకుండానే కదిలాయి. శబ్దం మాత్రం లోపలే ఆగిపోయింది. తను వెళ్ళిపోవడం చూస్తున్నంతసేపు సూర్య కి తన గతం కళ్ళ ముందు మెదిలింది..

సూర్య, నయన ప్రేమించుకున్న క్షణాలు, నయన పెళ్ళిపీటల నుండి వచ్చేస్తాను అని సూర్య కి చెప్పిన మాటలు, సూర్య నయనను తీసుకొని వేరే ఊరికి వెళ్ళిపోదాం అని నిర్ణయించుకున్న క్షణాలు. హడావిడిగా పెళ్ళి మండపానికి తన కారు లో బయలుదేరిన రోజు, వెళ్ళే దారిలో కార్ కి యాక్సిడెంట్ అయ్యిన సంఘటన, సూర్య కోసం ఎదురు చూసి చూసి రాకపోయేసరికి ఏమి చేయలేక పెళ్ళి చేసుకోవాల్సి వచ్చిన నయన, కలత నిండిన మనసుతో కటువయిన సూర్య .

ఇలా మెరుపు ఆలోచనలు సూర్యని గుచ్చుతుంటే నోట మాటలేక

అలా నయనను వెళ్ళేదాకా చూస్తూనే ఉన్నాడు. .

"సూర్య...

సూర్య...

ఆ సూర్య నిన్నే"...సిబ్బంది పిలుపులు. ..

ఉలుకు పలుకు లేక కూర్చున్నాడు సూర్య.

చేసేదేమీ లేక అక్కడి సిబ్బంది బలవంతంగా సూర్యను లేపి తన గదికి పంపించేసారు. అలా బాధగా వెనక్కు చూసుకుంటూ బరువుగా ముందుకు అడుగులు వేసుకుంటూ వెళ్ళాడు సూర్య.

వెంటనే ఒక ఎనిమిదేళ్ళ పాప వెన్నెల వచ్చి బల్ల దగ్గర కూర్చొని తన పాస్ ని చూపించింది.

చంద్ర అని పిలిచారు. చంద్ర వయసు 39 సంవత్సరాలు, ఆరడుగులకి కాస్త తక్కువ ఉంటాడు. మనిషి కాస్త లావు, అక్కడక్కడా మొటిమలు, సగం దిగులు సగం సంతోషంతో ఉన్న ముఖం.

వేగంగా వచ్చి తన కూతురిని చూసి గట్టిగా పట్టుకుని ముద్దుపెట్టుకున్నాడు. పాప తనతో పాటు తెచ్చిన పండ్లని చంద్రకి ఇచ్చి తన విషయాలన్నీ చెప్పింది. ఎవరు తీసుకువచ్చారు అని అడిగాడు చంద్ర. అదిగో అని వాళ్ళ అమ్మ వైపు వేలు చూపించింది వెన్నెల. చంద్ర భార్య వీక్షణ, విజిటర్ వాన్ దిగకుండా అందులోనే అటుతిరిగి కుర్చుని ఉంది.

"అమ్మకి కాస్త కోపం ఎక్కువలే, నువ్వు చెప్పు", అంటూ కూతురితో మాట్లాడాడు చంద్ర.

సమయం అయిపోవడంతో గార్డ్ వెన్నెలను వెళ్ళమని చెప్పాడు. పాప తిరిగి నడుచుకుంటూ వెళ్ళేంతసేపు చంద్ర కి గతం మెదులుతోంది.

నెలలు నిండిన కడుపుతో ఉన్న వీక్షణ చంద్రని వద్దని వారించడం, చంద్ర తన కోపాన్ని ఆపుకోలేకపోవడం, కోర్ట్ లో జడ్జి తనకి శిక్ష వేయడం, వెన్నెల పుట్టే అపురూపమయిన క్షణం లో తను వీక్షణ కి దూరం గా ఉండాల్సి రావడం, ఇలా అన్ని జ్ఞాపకాలు తన కన్నీళ్ళ రూపం లో జారాయి.

గార్డ్ వచ్చి చంద్రని లేచి వెళ్ళమని చెప్పాడు. మరో విజిటర్ మరియు ఖైదీ వచ్చి కూర్చున్నారు.

ఇదంతా దూరం నుండి ఆఫీస్ లో కూర్చున్న జైలర్ ద్రోణ గమనిస్తూ ఉన్నాడు.

5. మరమ్మత్తులు

మరుసటి రోజు ఉదయం. అందరు విధుల్లో తమ తమ పనులు చేసుకుంటున్నారు. ద్రోణ తన ఆఫీస్ లో కూర్చొని లాగ్ బుక్ పరిశీలిస్తున్నాడు. అప్పుడే ఫోన్ మ్రోగింది.

"మొదలైంది ఇంక సార్ కి", అని గొణుక్కున్నాడు చిత్రసేన్.

ద్రోణ చిత్రసేన్ ని ఫోన్ తీయమన్నాడు.

"హలో... సర్... ఒక్క నిమిషం సార్" అంటూ ద్రోణ వైపు సైగ చేసాడు రిసీవర్ ను ఎత్తిన చిత్రసేన్.

ఫోన్ లో అవతలవైపు పర్యావరణ ఆఫీసర్. జైలులోని వంటగది పైపులు కొన్ని, మరుగుదొడ్డి పైపులు కొన్ని అడవి లోకి లీక్ అయ్యి టైగర్ జోన్ లో కాలుష్యం పెంచుతున్నాయని ద్రోణ కు ఫిర్యాదు ఇవ్వాలని చేసాడు.

తను నిన్ననే పదవి లోకి వచ్చానని, సాధ్యమైనంత త్వరగా ఈ సమస్యను తీరుస్తానని చెప్పి ఫోన్ పెట్టేసాడు ద్రోణ.

"ఆ... ఇదంతా మామూలేసార్" అని నవ్వాడు చిత్రసేన్.

కోపంగా అతనిని చూసి జైలు కి సంబంధించిన అన్ని పుస్తకాలు అరగంట లో తన టేబుల్ మీద ఉండాలి అని చెప్పి రౌండ్స్ కి బయలుదేరాడు ద్రోణ.

జైలు వంట గదిలో, జైలు గదుల్లో ఉన్న పైప్ లైన్లు మరియు వాటి లోపాలను గమనిస్తూ ఉండగా, ముందు రోజు ఖైదీలను ప్రశ్నించినప్పుడు ఒక ఖైదీ చెప్పిన మాటలు గుర్తుకువచ్చాయి ద్రోణకి.

"సర్, నా గదిలో మరుగుదొడ్డి పాడయిపోయి వారం రోజులు అయిందని, ఎవరూ పట్టించుకోవటంలేదు, దయచేసి దానిని బాగుచేయించండి" అని ఆ ఖైదీ ద్రోణ కు ఫిర్యాదు చేసాడు.

ఆలా ముందు రోజు రాసుకున్న కాగితం జేబులో నుండి తీసి రాసుకున్న ఫిర్యాదు గమనిక ప్రకారం ఆ ఖైదీ గది వివరాలు అడిగాడు చిత్రసేన్ ని. ఆ ఫిర్యాదు చేసింది చంద్ర అని, అతని గది ఎక్కడుందో చిత్రసేన్ చెప్పగా, వెంటనే చంద్ర గదికి బయలుదేరాడు ద్రోణ.

చంద్ర గది ఇంకో పది అడుగుల దూరం లో ఉందనగా భరించలేని కంపు వచ్చింది. ముక్కుకి రుమాలు అడ్డుపెట్టుకొని చంద్ర దగ్గరికి వెళ్ళాడు.

మొహం చుట్టూ తువాలు చుట్టుకుని ఒక మూలాన కూర్చొని పుస్తకం చదువుతున్నాడు. ఆ పరిస్థితుల్లో తన మొహం చూపించలేక వెనక్కి తిరిగి ఆఫీస్ కి వచ్చేసాడు ద్రోణ. తన టేబుల్ మీద తాను అడిగిన జైలు సంబంధిత పుస్తకాలన్నీ పెట్టి ఉన్నాయి.

చిత్రసేన్ ను పిలిచి చంద్ర గది ఎందుకు ఇంకా సరిచేయలేదు అని అడగ్గా, పని వాళ్ళు లేరని బదులిచ్చాడు చిత్రసేన్. కోపం తో అక్కడ

ఉన్న లాగ్ పుస్తకం తెరిచి ఈ పుస్తకం ప్రకారం ఇవాళ పని లో ఉండాల్సిన వరుణ్ ఇంకో పది నిమిషాలలో ఇక్కడ ఉండాలి అని అరిచాడు ద్రోణ.

"వచ్చిన రెండవ రోజే ఇలా అరుస్తున్నాడే..." అని అనుకుంటూ, జైలరు ఆఫీసుకు మరియు ఖైదీల గదికి మధ్యలో ఉన్న ఒక చెట్టు కింద కూర్చుని ఉన్న వరుణ్ వద్దకు వెళ్ళాడు చిత్రసేన్.

వరుణ్ కు 32సంవత్సరాలు, తను కూడా జైలుకు దగ్గరలో ఉన్న గాంధారం గ్రామానికి చెందిన వాడే. వరుణ్ వల్లనే చిత్రసేన్ కు ఈ జైలు లో ఉద్యోగం సులువుగా దొరికింది.

చిత్రసేన్ రాగానే విషయం తెలుసుకున్న వరుణ్ నేరుగా జైలరు ఆఫీసుకు వెళ్ళాడు.

"జైలు మొత్తానికి ఒక్కడు ఎలా పనిచేస్తాడు సార్? ఇదేమన్న సందు చివర పెట్టిన సులభ్ కాంప్లెక్సా" అని కాస్త అసహనంగానే ద్రోణ కు బదులిచ్చాడు వరుణ్.

అది గమనించిన ద్రోణ "కూర్చో వరుణ్, చంద్ర గది ఎప్పుడు చేయగలవు?" అంటూ సావధానంగా అడిగాడు.

ద్రోణ తీరుకి ఇబ్బంది పడిన వరుణ్ "సార్ చంద్ర గదిలో ఉన్నది చిన్న సమస్య కాదు. ఆ గది కింద ఈ జైలుకు సంబంధించిన అన్ని పైపులూ కలుస్తాయి, ఆ గదిని ముట్టుకుంటే కనీసం రెండు నెలలు పడుతుంది, అంటే అందులో ఉన్న ఖైదీని వేరే గదికి మార్చాలి, అందుకే దాని జోలికి వెళ్ళడం లేదు" అని చెప్పాడు.

సమస్య తీవ్రత అర్థంచేసుకున్న ద్రోణ, "ఆ గదిని ఖాళీ చేయించే ఏర్పాటు చేసి పిలుస్తాను " అని చెప్పి వరుణ్ ను వెళ్ళమన్నాడు.

6. అగ్గిపెట్టెలో సూర్యచంద్రులు

గదులు– ఖైదీలు అని రాసి ఉన్న పుస్తకం తీసుకొని చూస్తున్నాడు ద్రోణ. బాగా కట్టుదిట్టమైన జైలు కావడంతో ఈ జైలులో ఖాళీ గదులు ఉండవు. పలు ప్రాంతాల నుండి ఖైదీలను ఇక్కడికి పంపిస్తూ ఉంటారు. ఒకటి రెండు గదులు మినహా అన్ని గదులలో ఇద్దరేసి ఖైదీలను ఉంచుతారు. ఒక్క ఖైదీ మాత్రమే ఉన్న గదులని పరిశీలించి చంద్ర ను ఆ గదికి పంపాలన్నది ద్రోణ ఆలోచన.

18వ నంబరు గల గది లో ఒక ఖైదీ మాత్రమే ఉన్నది గమనించి, చంద్రను వెంటనే ఆ గదికి మార్చవలసిందిగా చిత్రసేన్ కు చెప్పాడు.

చిత్రసేన్ "సార్. ...కానీ.." అనే లోపు చెప్పింది చేయమని, వెంటనే చంద్ర గది లో మరమ్మత్తులు మొదలుపెట్టాలని చెప్పాడు ద్రోణ.

ఇక చేసేదేమీ లేక చిత్రసేన్ చంద్ర వద్దకు వెళ్ళి గది మారవలసింది గా కోరాడు. "18 వ నంబరు గది" ఆ మాటే చంద్రకి ఎక్కడలేని కోపం తెచ్చిపెట్టింది.

అది చూసి భయపడిన చిత్రసేన్ ద్రోణ వద్దకి వెళ్ళి తను ఆ పని చేయలేనని చెప్పాడు.

జైలరుగా చేరిన రెండవ రోజే ఖైదీలతో గొడవపడవలసి వచ్చిందేంట్రా బాబు అనుకొని, అసలు విషయం ఏంటి అని చిత్రసేన్ ను ఆరా తీసాడు ద్రోణ.

"18వ గదిలో ఉన్న అతని పేరు సూర్య సార్, ఆ సూర్య కి ఈ చంద్రకి అస్సలు పడదు, వాళ్ళిద్దరి వల్ల జైలు లో గొడవలు జరిగాయి" చెప్పాడు చిత్రసేన్.

"నేను జైలరుగా ఉన్నప్పుడు అస్సలే సహించను" అంటూ, వెంటనే రుమాలు ముక్కుకి అడ్డం పెట్టుకొని చంద్ర దగ్గరకి వెళ్ళాడు ద్రోణ.

జైలరు ఎందుకు వచ్చాడో అర్థం చేసుకున్న చంద్ర మొహం లో పట్టలేనంత కోపం. ఆ వాసన భరించలేక ద్రోణ చంద్ర చేతిని గట్టిగా పట్టుకొని బయటికి లాగి గదుల బయట ఉండే ఒక చెట్టుకిందకి తీసుకువెళ్ళాడు.

"ఈ కంపు గదిలోనైనా ఉంటాను గాని ఆ గదికి నేను వెళ్ళను సార్ " ద్రోణ తో చెప్పాడు చంద్ర.

అప్పుడే ద్రోణకి ఒక ఫోన్ వచ్చింది. తను జైలరుగా వచ్చిన సందర్భంగా సైంధవభవనానికి పై అధికారులు వస్తున్నారు అని చెప్పారు ఫోన్ లో.

ద్రోణ తన కోపాన్నంతా తగ్గించుకొని చంద్రను బ్రతిమిలాడటం మొదలుపెట్టాడు. తను ఎంతో కష్టపడి ఇక్కడ జైలరుగా వచ్చానని, ఇప్పుడు ఉన్నత అధికారులు వస్తున్నారని, దయచేసి కొన్ని రోజులకి సర్దుకొమ్మని, సాధ్యమైనంత త్వరగా మరమ్మత్తులు పూర్తి చేసి తన గదికి పంపిస్తానని

చెప్తాడు. చంద్ర ఆఖరికి ఒప్పుకున్నాడు.

చంద్ర వెళ్ళగానే ద్రోణ వద్దకి వచ్చిన సిబ్బంది, "ఖైదీని బ్రతిమిలాడడం ఏంటి సార్, లాగి ఆ గదిలోకి తొయ్యక" అంటూ ద్రోణ వైఖరిని వ్యతిరేకించారు.

జైలర్ గా ఏమి చేయాలో తనకు తెలుసని, ఎవరి సలహా తనకి అక్కర్లేదని చెప్పి అందరిని పంపించాడు ద్రోణ. పై అధికారులు వచ్చేలోపు గది మార్పు జరిగిపోవాలి అని చిత్రసేన్ కి చెప్పాడు. చంద్రను సూర్య గదికి మార్చారు.

సరిగ్గా ఇద్దరు మాత్రమే పట్టగలిగే గది అది. ఖైదీలు పడుకోవడానికి గదికి చెరోవైపు సిమెంటుతో గట్టు, దానిమీద నల్ల రాయి వేసి పల్లెటూరిలో ఇంటిబయట కూర్చోవడానికి కట్టుకునే అరుగు లా ఉంటుంది. ఇద్దరు ఖైదీలు ఎదురెదురుగా ఉండటం తప్ప వేరే అవకాశం లేదు. గదికి ఇనప రాడ్డులతో తలుపు, బయటి వైపు తాళం. వీరిద్దరి గట్లకు మధ్య పైకప్పుకు తగిలించి వెలుగు ఇచ్చీఇవ్వని ఒకే ఒక బల్బు. అదీ సాయత్రం ఆరు అయితే కాని వెలగదు.

తలుపు దాటిన రెండు అడుగులకు గట్లు, అవి దాటిన నాలుగు అడుగులకు మరుగుదొడ్డి, దాని వెనుక గోడ. ఆ గోడకు మధ్యలో, ఆరడుగుల ఎత్తులో ఒక రెండడుగుల చిన్న కిటికి. ఈ గదికి ప్రహరీ గోడకి పదిహేనడుగుల దూరం.

సూర్యచంద్రులు ఇద్దరూ ఒకరిని ఒకరు కోపంగా చూసుకోవడం తప్ప మాటలు లేవు. సూర్యుని మంటలు తట్టుకోలేని చంద్రుడు, చంద్రుని అడ్డు తొలగించుకోలేని సూర్యుడు. సూర్యచంద్రులు ఇద్దరూ కనిపించే ఆ సంధ్య ఇదేనా అనుకుంటూ ఆ 18వ గది గోడనై, పగలు రాత్రుల కలయిక

కు నీడనై ఉన్నాను నేను.

నిప్పుల మీద కూర్చున్నట్టు చంద్ర, వంటి మీద పురుగులు ప్రాకుతున్నట్టు సూర్య, మాట లేదు కానీ ఒకరి తిట్ల దండకం ఇంకొకరికి వినిపిస్తోందా అన్నట్టు ఉంది పరిస్థితి. ఈ లోపు నేను హమ్మయ్య అనుకోవడానికి ద్రోణ వచ్చాడు.

సూర్య ఏదో చెప్పేలోపే ద్రోణ అతనిని ఆపేసాడు. ఇద్దరికీ పడని సంగతి తనకు తెలుసునని, ఇది జైలు అని, తమ ఇళ్ళు కావని, ఇక్కడ సొంత ఇళ్లలాగా నడవదని గట్టిగా చెప్పాడు ద్రోణ. గత జైలర్ల సంగతి తనకు తెలియదని, తాను మాత్రం ఏదైనా తేడా వస్తే ఖచ్చితంగా శిక్ష పొడిగింపజేయడానికి వెనకాడనని చెప్పాడు. తన వంతు సాయంగా సాధ్యమయినంత త్వరగా మరమ్మత్తు చేయించి చంద్రను వెనక్కి పంపుతానని చెప్పి వెళ్ళిపోయాడు ద్రోణ.

రోజులు గడుస్తున్నా యెడ మొహం పెడ మొహం. నాకు ఆ గదిలో వినిపించేది నిశ్శబ్దం మాత్రమే. వాళ్ళు మాట్లాడని మాటలకు నా చెవులు పగిలిపోతున్నాయి, చూసుకునే చూపులకు బీటలు వస్తున్నాయి. దీనికన్నా ఒక నాలుగు మేకులు కొట్టినా మేలే. శూన్యంలో శబ్దం ఉండదు అని ఏ శాస్త్రవేత్త అన్నాడో కానీ ఈ గదిలో కూర్చోపెట్టాలి. కనపడని మెరుపులు, వినపడని ఉరుములు.

మరోవైపు జైలరు ఆఫీస్ గది బయట కూర్చుని ఉన్న చిత్రసేన్ కి, గదిలో నుండి మాటలు వినపడుతున్నాయి. లోపల ఉన్నది జైలరు ఒక్కరే కదా మరి మాటలు వినబడుతున్నాయి? అని కాస్త తొంగి చూసాడు. ద్రోణ తండ్రి ఫోటో వద్ద నిలుచొని మాట్లాడుతున్నాడు. జైలులో జరిగిన విషయాలన్నీ చెబుతున్నాడు. ఫోటోలతో గోడలతో మాట్లాడడం ఏంటో అనుకున్నాడు చిత్రసేన్.

ద్రోణకు ఏరోజు విషయాలు ఆరోజు తన తండ్రి ఫోటో వద్దకి వచ్చి చెప్పుకోవడం అలవాటు.

7. మండుటెన్నెల

రోజులు గడుస్తున్నా మధ్య పచ్చ గడ్డి వేస్తే మండేలా ఉన్న సూర్య-చంద్రలను చూసిన ద్రోణ, అసలు గొడవ ఏమిటో తెలుసుకుందాం అని చిత్రసేన్ ను పిలిచాడు. తనకి కూడా ఏమి తెలియదని, వీళ్ళు జైలుకు రాక ముందు నుంచే శత్రువులు అని బదులిచ్చాడు చిత్రసేన్.

జైలరుగా కొత్త కావడం వల్లనో, ఉత్సుకత వల్లనో, బలవంతంగా చంద్ర ను గది మార్చడం వల్లనో కానీ వాళ్ళ వ్యవహారం లో ద్రోణ కి కాస్త ఆసక్తి మొదలయింది.

"చిత్రసేన్, వాళ్ళ ఇద్దరి వివరాలు ఉన్న ఫైల్స్ ను వెతికి తీయ్యి" ఆదేశించాడు ద్రోణ.

"కొత్త బిచ్చగాడు పొద్దెరగడు" అని గొణుక్కుంటూ, ఇద్దరి వివరాలు గల ఫైల్స్ తీసి టేబుల్ మీద పెట్టి ఎప్పుడు వదిలేస్తాడురా బాబు అనుకుంటూ అక్కడే నిలుచున్నాడు, అప్పటికే డ్యూటీ సమయం అయిపోయిన చిత్రసేన్.

సూర్య, చంద్ర ఏ నేరం క్రింద శిక్ష అనుభవిస్తున్నారో వివరాలు అన్నీ పరిశీలిస్తున్నాడు ద్రోణ. ఇద్దరూ హత్య కేసులో నిందితులుగా నిరూపించబడి యావజ్జీవకారాగార శిక్ష అనుభవిస్తున్నారు అని అర్థం అయ్యింది. సూర్య జైలుకు వచ్చి 8సంవత్సరాలు అవుతుంది. చంద్ర ఈ జైలుకు బదిలీ అయి వచ్చి 2సంవత్సరాలు అయింది. చంద్ర ఇంతకు ముందు వేరే జైలు లో 5 సంవత్సరాలు శిక్ష అనుభవించి ఈ జైలుకు బదిలీ అయ్యాడు. ఇద్దరి శిక్షాకాలం ఇంకా కనీసం ఆరు సంవత్సరాల పైచిలుకే.

"ఇద్దరూ హత్య చేసి వచ్చారట" అని ఆశ్చర్యంతో చిత్రసేన్ ను చూసాడు ద్రోణ.

"నాకు తెలుసు సార్, వాళ్ళిద్దరూ హత్య కేసులో యావజ్జీవ కారాగార శిక్ష అనుభవిస్తున్నారు. ఒకడు మనిషిని పెట్టి చంపించాడు, మరొకడు స్వహస్తాలతో చంపేసాడు..." అంటూ గబగబా వివరాలు చెప్పి, వదిలేయండి మహాప్రభో అన్నట్టు వాన్ బయలుదేరిపోవడం కిటికీలో నుంచి చూస్తూ కంగారు పడుతున్నాడు చిత్రసేన్.

"వాన్ పోతే పోయిందిలేవోయ్ నా బండి మీద నిన్ను దించుతాను" అని అన్నాడు ద్రోణ.

"ఇక శివరాత్రే" అనుకుని చిత్రసేన్ మెల్లగా గోడకి ఆనుకుని దీనంగా చూస్తున్నాడు.

"ఇంకా ఏమేమి తెలుసు వాళ్ళ గురించి?" అడిగాడు ద్రోణ.

ఇది ఇప్పట్లో అయ్యేలాలేదని అనిపించింది చిత్రసేన్ కి, పక్కనే ఉన్న బల్ల మీద కూర్చుని వాళ్ళ గురించి తనకు తెలిసినదంతా చెప్పడం మొదలుపెట్టాడు.

"సైంధవ భవనానికి ముందుగా వచ్చింది సూర్య సార్. నాకు తెలిసినంత వరకు తను ప్రేమించిన అమ్మాయి తనకి దక్కలేదనే కోపంతో హత్యకు పాల్పడ్డాడు, కానీ నేను ఈ ఉద్యోగం లో చేరిన తరువాత ఈ మూడేళ్ళలో గమనించినదానిబట్టి, సూర్య చాలా మంచివాడు అని చెప్పగలను సార్, సూర్యను చూడడానికి ఎవ్వరు రారు, మొన్న ఒక్కరోజు మాత్రమే నయన అనే ఆవిడ వచ్చి చూసి వెళ్ళింది" అని చెప్పాడు.

"మంచివాడు అంటున్నావు, మరి హత్య చేసాడు. చంద్రతో గొడవలు అయ్యాయి అంటున్నావు, అంటే చంద్ర కావాలనే గోడవపడుతున్నాడా?" ద్రోణ అడిగాడు.

"లేదు సార్, నేను చెబితే విచిత్రంగా ఉంటుంది కాని సూర్య, చంద్ర ఇద్దరిదీ హత్య చేసే మనస్తత్వం కాదు. సూర్య వచ్చిన అయిదు సంవత్సరాలకి చంద్ర ఈ జైలుకు వచ్చాడు. వాళ్ళిద్దరికీ జైలుకు రాకముందే పరిచయం ఉన్నట్టుంది. ఒకరినొకరు కొరికేసుకునేలా చూసుకుంటూ ఉంటారు సార్. చంద్రకి శిక్ష పడినప్పుడు తన భార్య కు 7వ నెల. ఇప్పుడు ఆ పాపకి ఒక ఏడెనిమిది సంవత్సరాలు ఉంటాయి. పాప అప్పుడప్పుడు వచ్చి కలుస్తూ ఉంటుంది. చంద్ర భార్య మాత్రం జైలుకు పాపను తీసుకువస్తుంది కానీ చంద్ర ను కలవడం కానీ మాట్లాడడం కానీ చేయదు...అంతే సార్ ఇంతకన్నా నాకు వాళ్ళ గురించి ఏమి తెలియదు. వాళ్ళు ఎక్కువగా మాట్లాడరు. వాళ్ళ ప్రపంచంలో వాళ్ళుంటారు" అన్నాడు చిత్రసేన్.

"ఆ మరమ్మత్తులు కాస్తా అయిపోతే ఆ గోల ఉండదు మనకి అనుకుంటూ, సరే ఇంక ఇంటికి వెళదాం" అని ద్రోణ అనేసరికి చిత్రసేన్ ఊపిరిపీల్చుకున్నాడు.

8. సైంధవ విందు

రోజులు గడుస్తున్నాయి, జైలులో చాలాకాలంగా ఆగిపోయిన పనులు, మరమ్మత్తులూ ద్రోణ వచ్చాక వేగం పుంజుకున్నాయి. ఇంతకుముందు జైలరులలాగా కాకుండా ద్రోణ వైఖరి కొత్తగా ఉందని అందరినోట నానసాగింది. జైలు లో ఉన్న నియమాలు కూడా సవరించబడ్డాయి, సైంధవభవనం లో ఎవ్వరు అయినా ఏ సమయం లో అయినా తన ఆఫీస్ కు నిస్సందేహం గా రావచ్చునని, ఎలాంటి సూచనలు, ఇబ్బందులు ఉన్నా నేరుగా వచ్చి తనతో మాట్లాడవచ్చునని ప్రకటించాడు ద్రోణ.

అప్పటిదాకా జైలరు గదిలోపలికి ఖైదీలకు అనుమతి లేదు. కానీ ఇప్పుడు ఖైదీలు జైలరు గదికి వెళ్లటమేమిటి అనుకుంటూ ముక్కున వేలు వేసుకోవడం సిబ్బంది వంతయ్యింది.

"ఏంటి చిత్రా ఏమంటున్నాడు మీ కొత్త జైలరు, మంచి ఊపు మీద ఉన్నాడు, బాగా పని ఇస్తున్నట్టున్నాడుగా" అన్నాడు చిత్రాసేన్ వద్దకి వచ్చిన సబ్ జైలర్ శరద్.

"అవును సార్, పని మాత్రం ఇదివరకటిలా లేదు" బదులిచ్చాడు చిత్రసేన్.

"ఇంకెన్నాళ్ళు ఇలా చేస్తాడో చూద్దాం, నువ్వేం భయపడకు"

"భయం ఏమి లేదు సార్, ఎప్పటినుండో పేరుకుపోయిన పని కాబట్టి ఇంత పనా అనిపిస్తుంది. ఒక్క సారి పూర్తయిపోతే ఇంక ఏముంటుంది" అన్నాడు చిత్రసేన్ శరద్ మాటలకు.

"ఆహా, ద్రోణ నీళ్ళు బాగానే పడ్డట్టున్నాయిగా నీకు, సరే కానీ ద్రోణ రోజూ ఏమేమి చేస్తుంటాడో అన్నీ నాకు చెబుతూ ఉండు, ఊరికే కాదు లే "అన్నాడు శరద్.

"అందులో ఏముంది సార్, రోజూ ఉదయం రాగానే వెళ్ళి వాళ్ళ నాన్న ఫోటో ముందు నిలబడి ఆ ఫోటోతో మాట్లాడతాడు. జైలుని ఎలా అభివృద్ధి చేయాలో ఆ ఫోటోతో మాట్లాడి చర్చిస్తాడు. అయ్యాక వచ్చి మనందరితో పని చేయిస్తాడు, అంతకన్నా పెద్దగా చెప్పేది ఏముంది సార్" చాల సులువుగా చెప్పేసాడు చిత్రసేన్.

"మీ జైలరును చూసుకొని నీకు కూడా బాగా వెటకారం పెరిగింది, చూస్తా" అంటూ వెళ్ళిపోయాడు శరద్.

రోజులు గడుస్తున్నాయి.. శరద్ చూస్తుండగానే ఖైదీలకు ఆరోగ్యం, వ్యాయామం, ఆట-పాట, వంటి ఎన్నో కొత్త విధానాలని తెచ్చాడు ద్రోణ. ఖైదీలను బానిసలుగా కాకుండా మనుషుల లాగ చూస్తున్నాడన్న భావంతో, తమకిచ్చిన పనిని సమయానికి పూర్తిచేసి ఇచ్చేస్తున్నారు ఖైదీలందరూ. అనతి కాలం లోనే నాణ్యమైన పనివాళ్ళు ఉన్నారు అన్న పేరు సైంధవభవనం సొంతం చేసుకుంది.

అలా మూడు నెలలు గడిచాయి. పని చురుగ్గా జరగడంతో ఈ జైలు నుండి వచ్చే ప్రభుత్వ రాబడి పెరిగింది. ఈ సందర్భంగా జైలు లో ఉన్న సిబ్బందిని పిలిచి, అందరం కలిసి భోజనాలు చేద్దాం ఖైదీలకి కూడా విందు ఏర్పాటుచేయండి అంటూ శరద్ కు ఈ పనిని అప్పగించాడు ద్రోణ.

ఆ విందు రోజు రానేవచ్చింది. జైలు లో తన పేరు పోకుండా శరద్ కూడా అన్ని ఏర్పాట్లు దగ్గరుండి చూసుకుంటున్నాడు. అంతా సజావుగా జరుగుతుంది అన్న సమయం లో శరద్ సూర్య వద్దకు వెళ్ళి కాస్త రెచ్చగొట్టేలా మాట్లాడాడు.

సాయంత్ర సమయమైంది, ద్రోణ అందరిని ఉద్దేశించి మాట్లాడడం మొదలుపెట్టాడు. ఇలాగే అందరు కష్టపడి పని చేసుకుంటే సత్ప్రవర్తన తో శిక్షలు తగ్గించుకోవచ్చునని, ఈ జైలులో పనిచేసిన జైలరులలో తన తండ్రి భరద్వాజ్ ఉన్నప్పుడు ఎన్నో సత్ప్రవర్తన విడుదలలు జరిగాయని, తాను కూడా తన తండ్రి బాటలోనే నడుస్తానని, తాను వేరే జైలుకి బదిలీ అవ్వడానికి రెండేళ్ళ పైకాలమే ఉందని, ఈ లోపు అందరి దరఖాస్తులు పరిశీలిస్తానని చెప్పాడు. మొదటిసారి అయినప్పటికీ తన పనిని సులభతరం చేసిన సిబ్బందికి మరియు అక్కడ ఖైదీలకు ధన్యవాదాలు తెలిపాడు. ఇంత మంది కలిసి పనిచేసే చోట లోటు పాటులు సహజం అని, కొంత మంది సిబ్బంది మరియు ఖైదీలకు కొంత మేర ఎక్కువ పని చేయవలిసి వస్తోందని, కానీ ఎవరెవరు ఎంత పని చేస్తున్నారో తనకు తెలుసునని చెప్పుకొచ్చాడు.

ఒకరిద్దరు సిబ్బంది పెదవి విరిచారు, మరికొందరు చప్పట్లుకొట్టారు. ఆటలు ఇదివరకులా సాగటంలేదు అని మొహం తిప్పేసుకున్నవారూ లేకపోలేదు.

భోజనాలు మొదలయ్యాయి, విందు తను అనుకున్నట్టే సందడిగా

జరుగుతుంది అని సంతోషంలో ఉన్న ద్రోణకు గుంపు లో నుండి ఒక మాట వినపడింది.

"హ్మ్మ్ ఒక్క గది మరుగుదొడ్డిని బాగుచేయించలేని జైలరు అందరి జీవితాలను బాగుచేసేస్తాడట" కాస్త వెటకారంతో కూడిన విరుపే.

ఒక్కసారిగా ద్రోణ మొఖం లో కవళికలు కళ తప్పాయి. ఇది గమనించిన చిత్రసేన్, "ఏయ్, ఏ సందర్భం లో ఏమి మాట్లాడాలో తెలియదా, అయినా ఆ మాత్రం ఇంగితం ఉంటే హత్యలు చేసి జైళ్లకు ఎందుకు వస్తారు" అని ఖైదీని తిడుతూ, ఆ ఖైదీ మీద చేయి చేసుకోబోయాడు. ఖైదీలు అల్లర్లు మొదలుపెట్టారు, సిబ్బంది వారిని అదుపుచేసే పనిలో పడ్డారు.

ఇన్నాళ్ళు తాను చేసినది, చిత్రసేన్ నోటివెంట వచ్చే మాటలతో, అక్కడ జరిగిన సంఘటనలతో చెల్లాచెదురయిపోయినట్టు అనిపించింది ద్రోణకి. ఆ మాట అన్నది చంద్ర అని అనుకున్నాడు. కానీ గుంపులోకి వెళ్ళి చూడగా ఆ మాట అన్నది సూర్య అని తెలిసింది.

ఇన్ని రోజులు అయ్యింది కదా, వాళ్ళిదరి మధ్య గొడవ సద్దుమణిగి ఉంటుందేమో అనుకున్న ద్రోణ కి అవ్వలేదు అని ఆ క్షణం అర్థమయ్యింది. అక్కడితో సందడి ఆపేసి, అంతా భోజనాలు పూర్తి చేసుకొని ఎవరి దారిన వాళ్ళు వెళ్ళిపోయారు.

ఉద్యోగం అంతా ఈ సూర్యచంద్రుల చుట్టూ తిరుగుతోంది ఏంటి అన్నట్టుగా ఉంది ద్రోణసార్ మొహం అనుకుంటున్నాడు చిత్రసేన్.

తను సూర్యతో అన్న మాటలు పనిచేశాయి అనుకుంటూ వెళ్ళిపోయాడు శరద్.

9. ఆఖరి కోరిక

ముందు రోజు విందు అయ్యాక అన్నీ సర్దుకొని ఆలస్యం అవ్వటంతో మిగతా కొంతమంది సహా సైంధవభవనం లోనే ఉండిపోయాడు చిత్రసేన్. పొద్దున్నే తోటి వాళ్ళు వచ్చి నిద్రలేపారు, ఏమిటా అని చూస్తే సార్ వచ్చారు, సార్ వచ్చారు అంటూ హడావిడి. సమయం చూస్తే ఉదయం ఏడు గంటలు అయింది. బలవంతంగా లేచి ద్రోణ దగ్గరికి వెళ్ళాడు చిత్రసేన్, "పదింటికి డ్యూటీ అయితే ఏడింటికే వచ్చేసారేంటి సార్..." అని కాస్త విసుగ్గా అడుగుతూనే, ద్రోణ ముఖం చూసి ఏదో తేడాగా ఉందని అర్థంఅయ్యి,

"సారీ సార్, ఏమైనా అయ్యిందా రాత్రి అని అంటూ, చుట్టూరా చూసాడు. ద్రోణ పలకడం లేదు. పక్కనే ఉన్న వంట మనుషులతో "ఏమైనా అయ్యిందా? ఎవరైనా తప్పించుకున్నారా?" అని భయంగా అడిగాడు చిత్రసేన్.

అలాంటిది ఏమి లేదన్నట్టు తల అడ్డంగా ఊపాడు వంట

మాస్టారు.

హమ్మయ్య అని మనసులో అనుకొని, "కూర్చోండి సార్ టీ తెస్తాను" అని మెల్లగా అక్కడనుండి జారుకున్నాడు చిత్రసేన్.

రాత్రి నిద్ర పట్టలేదు ద్రోణకి. చిత్రసేన్ అలా వెళ్ళగానే తండ్రి భరద్వాజ్ పటం చూస్తూ ఆఫీస్ టేబుల్ మీద తల వాల్చి నిద్రపోయాడు ద్రోణ.

ద్రోణకు పదహారు సంవత్సరాలు ఉంటాయప్పుడు. ద్రోణ, తన తండ్రి భరద్వాజ్ తో రహదారి పక్కగా మార్నింగ్ వాక్ కి వెళ్ళాడు. అలా నాన్న తో వాకింగ్ చేస్తూ గడపడం ద్రోణ కి చాల ఇష్టమయిన సమయం.

"నువ్వు కూడా మంచి జైలరువి అవ్వాలి ద్రోణ" కొడుకుతో అన్నాడు భరద్వాజ్.

"రోజంతా నేరాలు చేసేవాళ్ళతో ఉండటం నా వల్ల కాదు నాన్న" సులభంగా ద్రోణ చెప్పిన మాటలకి ఆగాడు భరధ్వాజ్.

"నేరాలు చేసేది కూడా మనుషులే రా, పరిస్థితుల వల్ల చేయాల్సి వస్తుంది అందుకు శిక్ష అనుభవిస్తున్నారు కదా" అని చెబుతూ ఉండగానే ఎదురుగా పెద్ద ట్రక్ పెద్దగా హారన్ కొడుతూ వేగంగా వచ్చి దాదాపు గుద్దినంత పని చేసి పక్కనుంచి వెళ్ళిపోయింది. గుండెజారినంత పని అయ్యింది ద్రోణ కి.

హమ్మయ్య అనుకున్న ద్రోణ ఇటుపక్క చూసేసరికి భరద్వాజ్ నిజంగానే గుండె పట్టుకొని రహదారి పక్కన కొద్దిగా కిందికి పల్లం వైపు జారి ఒక అయిదారు అడుగులు దొర్లుకుంటూ పడ్డాడు. వెంటనే ద్రోణ పరిగెత్తేసరికి...

సార్.. సార్ అని గట్టిగా వినపడింది. కళ్ళుతెరిచి చూస్తే చిత్రసేన్.

"టీ సార్" అన్నాడు. ద్రోణ ముఖం నిండా చెమటలు చూసిన చిత్రాసేన్ భయపడిపోయాడు. "ఏమైనా కావాలంటే పిలవండిసార్" అని చెప్పి అక్కడనుండి వెంటనే వెళ్ళిపోయాడు.

10. మురిగిపోయిన సెలవులు

చిత్రసేన్ వెళ్ళగానే బల్లమీదే కాసేపు తల వాల్చాడు ద్రోణ. సుమారు పదిన్నర సమయం లో ఫోన్ మ్రోగింది, ఉలిక్కిపడి లేచాడు ద్రోణ. ఈ లోపు చిత్రసేన్ పరిగెత్తుకుంటూ ద్రోణ వైపు భయంగా చూస్తూ వచ్చి ఫోన్ ఎత్తాడు.

"హలో..."

అవతలవైపు ఫారెస్ట్ ఆఫీసర్

"సార్ రౌండ్స్ లో ఉన్నారు సార్, విషయం చెబుతాను" అని చెప్పి ఫోన్ పెట్టేసిన చిత్రసేన్, "క్షమించండి సార్ మీ మూడ్ కాస్త బాగోలేదని నేనే అబద్ధం చెప్పాను" అని ద్రోణకు చెప్పాడు.

చిత్రసేన్ తనని అర్థం చేసుకున్నాడని కాస్త నవ్వుతూ చిత్రసేన్ ను చూసి, "ఇందాక ఇచ్చిన టీ చల్లారిపోయింది, ఇంకొక కప్ దొరుకుతుందా?" అని అడిగాడు ద్రోణ.

పొద్దున్న వచ్చాక ద్రోణ మాట్లాడిన మొదటి మాట అది. అది వినగానే చిత్రసేన్ హమ్మయ్య అనుకొని, "వెంటనే తెస్తాను సార్" అని అయిదు నిమిషాల్లో వేడి వేడి టీ మరియు టిఫిన్ ప్లేట్ తీసుకువచ్చాడు.

చిత్రసేన్ ను తన పక్కనే కూర్చోపెట్టుకొని భుజం మీద చెయ్యి వేసి టీ తాగుతూ, "రాత్రి జరిగినదానికి రాత్రంతా నిద్ర పట్టలేదు చిత్ర, అందుకే తెల్లవారుజామునే లేచి వచ్చాను" అని చిత్రసేన్ పొద్దున్న ఏడింటికి అడిగిన ప్రశ్నకి ఇప్పుడు సమాధానం చెప్పాడు ద్రోణ.

ఇంకోసారి అలాంటి ప్రశ్న అడగకూడదు అని అర్థం చేసుకున్న చిత్రసేన్, "అయ్యో సార్ మీరు ఎప్పుడైనా రావచ్చు సార్, అడిగినందుకు క్షమించాలి" అని బదులిచ్చి, "ఈ ఫీల్డ్ లో సంఘటనలని మనసుకి తీసుకోవడం అంత మంచిది కాదేమో సార్" అన్నాడు, మళ్ళీ నోరు జారుతున్నాననేమో అని అనిపించి "సారీ సర్" నేను బయట ఉంటాను అని వెంటనే లేచాడు.

ద్రోణ చిత్రసేన్ ను ఆపి "అది నాకు తెలుసు చిత్రా, కానీ అనుభవం తోనే అది రావాలి. అయినా వాళ్ళిద్దరూ కలిసిపోతారు అనుకున్నాను, కానీ అది జరగలేదు అని నిన్న రాత్రే తెలిసింది" అన్నాడు.

"ఇన్ని రోజులు ఒకే గది లో ఉన్నా, వాళ్ళు ఒక్క మాట కూడా మాట్లాడుకోలేదు సార్" అని చెప్పాడు చిత్రసేన్.

ఇది విని ద్రోణకు ఆశ్చర్యం వేసింది, "ఇద్దరినీ చూస్తే గొడవలు పడే స్వభావం లాగా కనపడటం లేదు మరి ఏమి జరిగి ఉంటుంది వాళ్ళిద్దరి మధ్యా?" అడిగాడు ద్రోణ.

"ఏమో సార్, మనకే కాదు జైలులో ఏ మూడో మనిషికి కూడా

తెలీదు అసలు సంగతి" చెప్పాడు చిత్రసేన్.

"సరే చంద్ర గది పని ఇంకా ఎందుకు పూర్తి అవ్వలేదు?"

"మీ వల్లనే సార్"

ద్రోణకు అర్థం కాలేదు.

"జైలులో కొత్త పద్ధతులను ఆచరణలో పెట్టే హడావిడిలో మురిగిపోయిన సెలవులు వాడుకోండి అని మీరు చెప్పారు, ఆ గది మరమ్మత్తు చేసే వరుణ్ కూడా అర్జీ పెట్టుకున్నాడు, అన్నిటితోపాటు మీరు తనకి కూడా పచ్చ జెండా ఊపేసారు" అన్నాడు చిత్రసేన్.

"ఆ గది మరమ్మత్తు ఇంకా పూర్తి అవ్వకపోవడానికి పరోక్షంగా నేనే కారణం అయ్యానా"

"అదేం లేదు సార్, అన్నీ రూల్ ప్రకారమే జరిగాయి, మునుపెన్నడు లేనంత పని మీరు వచ్చాక జరిగింది. మీరు అహర్నిశలు జైలుకోసమే పనిచేస్తున్నారు" అంటూ చెప్పుకొచ్చాడు చిత్రసేన్.

అయినా ద్రోణ కాస్త ఇబ్బందిగానే కనపడ్డాడు. సూర్య అన్న మాటలు మాత్రం ద్రోణ చెవులు వీడడం లేదు. తండ్రి ఫోటో వద్దకు వెళ్ళి నిలబడ్డాడు. "సమస్యలు వస్తువుల్లో ఉండవురా, మనుషుల్లోనే ఉంటాయి, దానికి పరిష్కారం కూడా మనుషుల నుండే సాధ్యం" భరద్వాజ్ చెప్పిన మాటలు గుర్తుకు వచ్చాయి.

"ఇక్కడ సమస్య గది మరమ్మత్తు కాదు చిత్ర, సూర్య మరియు చంద్ర మధ్య వైరం, అసలు ఏమి జరిగిందో తెలుసుకుంటాను" చిత్రసేన్ తో చెప్పాడు ద్రోణ.

ద్రోణను చూసి జాలి పడాలో లేక ఇన్నాళ్ళకు పని చేసే జైలరు వచ్చాడు అని ఆనంద పడాలో అర్థంకాక సరే అన్నట్టుగా తల ఊపిన చిత్రసేన్, "వాళ్ళిద్దరి మధ్య వైరం ఏమిటో తెలుసుకోవడానికి చాలా మంది విఫలయత్నం చేసారు సర్, కానీ మీ సంకల్పానికి సహాయం చేస్తాను నేను" అని చెప్పాడు.

బాగా ఆలోచించిన ద్రోణ మరమ్మత్తులు చేయవలసిన వరుణ్ కి వెంటనే ఫోన్ కలిపాడు. ఫోన్ ఎత్తిన వరుణ్, సార్ ఇంకో రెండ్రోజుల్లో సెలవులు అయిపోతాయి, అయిన వెంటనే వచ్చి డ్యూటీలో చేరతానని చెప్పాడు. దానికి ద్రోణ వద్దని, ఇంకొక నెల సెలవు తీసుకోవచ్చని, కానీ వచ్చాక మాత్రము బుద్ధిగా పనిచేసుకోవాలని చెప్పి ఫోన్ పెట్టేసాడు. చిత్రసేన్ మాత్రం ప్రశ్నార్థకంగా మొహం పెట్టాడు.

ఈ నెల రోజులలో ఎలాగైనా సూర్యచంద్రులను కలపాలని సంకల్పించుకున్నాడు ద్రోణ.

11. చంద్రోపాఖ్యానం

మరుసటిరోజు ఆఫీస్ కి రాగానే త్వరగా రౌండ్స్ పూర్తి చేసుకొని జైలరు ఆఫీసుకూ మరియు ఖైదీల గదులకూ మధ్య ఉన్న ఖాళీ స్థలంలో ఒక వేపచెట్టు కింద గట్టు మీద కూర్చుని చిత్రసేన్ ను పిలిచి చంద్ర ను తీసుకురమ్మని చెప్పాడు ద్రోణ.

ప్యాకింగ్ పనిలో ఉన్న చంద్ర ఆ పని ఆపేసి ద్రోణ దగ్గరికి వచ్చాడు.

"రా చంద్ర కూర్చో"

తన పక్కనే కూర్చోపెట్టుకొని మాట్లాడడం మొదలుపెట్టాడు.

"నీ పాత గది నుండి ప్రస్తుతం వాసన లేదు, కానీ దుర్వాసన రాకుండా అక్కడ పైపు మొతాన్ని మూసేసి మరమ్మత్తులు మొదలుపెట్టిన ప్లంబర్ వరుణ్ సెలవు లో ఉన్నాడు. అతను వచ్చి పని పూర్తి చేస్తే తప్ప ఆ గది వాడలేము" అన్నాడు.

చంద్ర ఏమి మాట్లాడకుండా అలా కూర్చున్నాడు.

"చూడు చంద్ర, ఒక జైలరుగా ఇవన్ని నీకు చెప్పాల్సిన అవసరం లేదు, కానీ నిన్ను చూసి, ఫైల్ లో నీ గురించి తెలుసుకున్న తర్వాత ఒకసారి కలిసి చెపుదాం అనుకున్నాను అంటూ తను తెచ్చుకున్న టిఫిన్ బాక్స్ తెరిచి, తన భార్య మేఘన చేసిన రవ్వకేసరి కాస్త తినమని చంద్రకి ఇచ్చాడు. ద్రోణ అనుకున్నట్టే చంద్ర కళ్ళు చెమ్మగిల్లాయి, తన భార్య వీక్షణ గుర్తుకువచ్చింది కాబోలు.

అలా ఒకటి రెండు రోజులు గడిచిన క్రమంలోనే ద్రోణ, చంద్రలు మాట్లాడుకోవడం మొదలయింది. ద్రోణ ఇతర జైలరుల లాగా కాకుండా కొత్త పద్ధతులతో అందరినీ ఆకట్టుకున్నాడు. అందరినీ అడిగినట్టే ద్రోణ చంద్ర వద్దకు కూడా వచ్చి ఈ జైలుని ఎలా అభివృద్ధి చేయగలము అనే సూచనలు అడిగాడు. మెల్లగా జైలులో ఉన్న లోపాలను ఎలా బాగుచేయవచ్చో ద్రోణతో చర్చించడం మొదలుపెట్టాడు చంద్ర.

చంద్ర పెద్ద చదువులు చదువుకున్నాడని ద్రోణకి తెలుసు, చంద్ర గురించి ఉన్న ఫైల్ చూసిన తరువాతే, చంద్రను ఈ జైలు పనులకు వాడుకుంటున్నాడు అని అక్కడ పనిచేసేవాళ్ళకి కూడా తెలుసు. చంద్ర జైలుకు రాక ముందు ఒక పెద్ద కంపెనీ లో హెచ్ ఆర్ మేనేజర్ గా చేసేవాడు. పేరున్న విశ్వవిద్యాలయం లో ఎంబిఏ చేసాడు.

చంద్ర తో స్నేహం కుదిరాక ద్రోణ పని సగం తగ్గిపోయింది. ఆ సమయాన్ని జైలు కి ఇంకా ఏమి చేయవచ్చు అనే ఆలోచనలో పెట్టడం మొదలుపెట్టాడు. చంద్ర ను అడగవచ్చు అనుకున్న ద్రోణ ఒకరోజు తను తెచ్చుకున్న బాక్స్ ఇద్దరూ తినే సమయం లో మెల్లగా సూర్య ప్రస్తావన తెచ్చాడు.

"నాకు తెలిసినంతవరకు ప్రాణస్నేహితులుగా ఉన్నవాళ్ళు కానీ,

అన్నదమ్ములు కానీ, విడిపోతే ఎలా ఉంటారో నిన్ను సూర్యను చూస్తే అలా అనిపిస్తుంది" అన్నాడు.

వెంటనే చంద్ర మొహం ఎర్రగా మారిపోయింది. తినే వాడు వెంటనే ఆపేసాడు. ఇంకొకరైతే లేచి వెళ్ళిపోయేవాడే కానీ ముందు ఉన్నది ద్రోణ, కోపాన్నంతా దిగమింగుకొని నోట్లో ఉన్న ముద్దని బలంగా మింగుతున్నాడు. అంతటా నిశ్శబ్దం అలుముకున్నట్లయింది.

"జైలులో ఉన్నది కూడా మనుషులే. కానీ మెదడు, మనసు భారంగా ఉన్న మనుషులు. ఒకరు దింపితే పోయే బరువు కాదు- సమయమే దింపాలి ఆ భారాన్ని, ఆ సమయం జైలు ఇస్తుంది-ఇదంతా మా నాన్న చెప్పేవారు" అన్నాడు ద్రోణ.

చంద్ర మాత్రం నోరు మెదపట్లేదు.

"జైలు మధ్యలో చెట్టుకింద ప్రశాంతంగా కూర్చొని ఉన్నాము, ఇది సమయం కాదంటావా నీ భారాన్ని దించుకోవడానికి" అని అడిగాడు ద్రోణ.

మొత్తానికి ద్రోణ మాటలు చంద్రను కదిలించాయి. తలవకూడదు అనుకున్న గతం, మెదలకూడదు అనుకున్న ఆలోచనలు, గురుతుండకూడదు అనుకున్న సంఘటనలు, బయటికొచ్చేస్తాము అని మెదడులో అరుస్తున్నట్టుగా అనిపించింది చంద్ర కు.

అసలు ఏమి జరిగిందో చెప్పడం మొదలుపెట్టాడు.

12. చంద్రగ్రహణం

సరిగ్గా పది సంవత్సరాల క్రితం. అప్పటికి చంద్ర మరియు వీక్షణకి పెళ్ళయి ఒకటిన్నర సంవత్సరం. పెద్దలు కుదిర్చిన పెళ్ళి. చంద్ర ఒక పేరుగాంచిన కంపెనీలో మేనేజరు. వీక్షణ గృహిణి. పట్టణంలో సొంత ఇల్లు కూడా ఏర్పరుచుకున్నాడు చంద్ర. భార్య భర్త ఇద్దరే ఉంటారు, అప్పుడప్పుడు ఇరువైపుల తల్లిదండ్రులు వచ్చి వెళుతుంటారు. వీక్షణ ఏడు నెలల గర్భిణి. నెలలు నిండుతుండడంతో పురుడికి పుట్టింటికి తీసుకెళ్ళడానికి కార్ లో బయలుదేరారు వీక్షణ, చంద్ర.

వీక్షణ వాళ్ళది ఇందుపురం అనే ఒక పల్లెటూరు. 180కిలోమీటరుల ప్రయాణం. ముందు సీటులో కూర్చొని నిద్రపోతే కార్ నడిపే చంద్రకు ఇబ్బందిగా ఉంటుందేమో అని వెనక సీట్ లో కూర్చుంది వీక్షణ.

"సుమారు ఉదయం ఆరు గంటలకు బయలుదేరాము, భోజన సమయానికి అందుకునేటట్టు. ఇందుపురం ఇంకో యాభై కిలోమీటర్లలో వస్తోంది అనగా నిద్రపోతున్న వీక్షణ ఉలిక్కిపడి ఒక్కసారిగా అరిచింది.

కార్ నడుపుతూనే నేను భయపడి వెనక్కి చూసాను. ఏదో పీడకల అయ్యి ఉంటుంది అనుకొని ముందుకు తిరిగేలోపు ఎదురుగా వస్తున్న కార్ మీద పడ్డ సూర్యకాంతి నా కళ్ళల్లోకి చురుగ్గా కొట్టింది. రెప్పపాటులో ఆ కారు అమాంతం వచ్చి మా కార్ ను ఢీ కొట్టింది."

వింటూ వింటూ ఒక్కసారి ఉలిక్కిపడ్డాడు ద్రోణ. కొన్ని క్షణాలు పట్టింది తేరుకోవడానికి...

"అయినా పోయిన సారి చూసాగా మీ పాపని భార్యని అందరు సేఫ్ అయితే. నువ్వు చెప్తుంటేనే భయపడిపోయాను"అన్నాడు ద్రోణ.

"లేదు సార్ ఆ పాప అప్పుడు పుట్టిన పాప కాదు" అంటూ తరువాత జరిగినది చెప్పడం కొనసాగించాడు చంద్ర.

"ఎదురుగా కార్ వచ్చి ఢీ కొట్టగానే షాక్ లో నుంచి తేరుకోవడానికి కాస్త సమయం పట్టింది. కార్ వేగంగా నడపట్లేదు కాబట్టి పెద్ద ప్రమాదం నుండి తప్పించుకున్నాము, వెనక్కి తిరిగి వీక్షణ ని చూసేలోపే గుద్దిన కార్ డ్రైవరు వచ్చి నా కాలరు పట్టుకొని పెద్దగా అరుస్తూ బయటికి లాగాడు. రెండు కార్లు రోడ్ మధ్యలో గుద్దుకొని ఇరుక్కున్నాయి. ఆ ఎదురు కార్ నడిపేది సూర్య. నన్ను మాట్లాడనివ్వకుండా తిట్టడం మొదలుపెట్టాడు. మాటా మాటా పెరిగింది. ఒకరినొకరం చేయి కూడా చేసుకున్నాము. కార్లు బాగా దెబ్బతిన్నాయి కానీ ఇద్దరం బానే ఉన్నాము. ఎంతకీ గొడవ తేలడం లేదు.." అని చెప్పుకొచ్చాడు చంద్ర.

"అంతలా గొడవపడుతున్నప్పుడు ఎవ్వరూ రాలేదా" అడిగాడు ద్రోణ.

"పల్లెటూరి దారి, చాలా తక్కువ జనసంచారం అక్కడ" అన్న

చంద్ర, "ఆ గొడవలో పడి వీక్షణను మరిచాను, హాస్పిటల్ కి తీసుకెళ్ళేసరికి వీక్షణను మాత్రమే కాపాడుకోగలిగాను".

చంద్ర కళ్ళల్లో నీళ్ళు తిరిగాయి. ద్రోణ కి ఏమి మాట్లాడాలో అర్థం కాలేదు. సూర్య అంటే అంత కోపం ఎందుకో అర్థం చేసుకున్నాడు. చంద్రను ఇంకా ఇబ్బంది పెట్టకూడదని, అతన్ని పంపేసి రౌండ్స్ కి వెళ్ళాడు.

రౌండ్స్ పూర్తి చేసుకొని తన టేబుల్ దగ్గరకి వచ్చి, కళ్ళుమూసుకొని, చేతులు తన నుదురు మీద పెట్టుకొని కూర్చున్నాడు ద్రోణ.

చిత్రసేన్ ద్రోణ వద్దకు వచ్చి, "ఖైదీలు సార్ వీళ్ళు, వీళ్ళు చెప్పినవన్నీ నమ్ముతూ కూర్చుంటే సత్ప్రవర్తన వల్ల శిక్ష తగ్గించడం కాదు కదా మనమే వాళ్ళకి నష్టపరిహారం కూడా ఇవ్వాలి అన్నట్టు చెబుతారు కథలు. మీరు అంత ఆలోచించాల్సిన అవసరం లేదు. వినీ వినీ నా చెవుల దగ్గరనుండి మెదడు దాకా ఉన్న దారి అంతా మందం అయిపోయింది, కొన్నాళ్ళకి మీకు కూడా అర్థమవుతుందిలెండి" అన్నాడు.

చిత్రసేన్ ఇంత చెప్పినప్పటికీ, చంద్ర అబద్ధం చెబుతున్నాడు అని అనిపించలేదు ద్రోణకి, "ఆ యాక్సిడెంట్ కి చంద్ర హత్య కేసుకి సంబంధం లేదు, చంద్రకి అబద్ధం చెప్పాల్సిన అవసరం కూడా కనపడలేదు" అన్నాడు.

"అయ్యో సార్, మీరు సూర్య దగ్గరికెళ్లి అడగండి, దీనితో సంబంధం లేకుండా ఇంకో కథ వింటారు, అప్పుడు అర్థమవుతుంది మీకు ఖైదీలు ఎంత చక్కగా కథలు అల్లుతారో" చిత్రసేన్ మాటలు.

చంద్ర కట్టుకథ చెప్పాడు అని అనిపించక పోయినా, ఒకవేళ

అలాగే యాక్సిడెంట్ జరిగి ఉంటే, ఆ సమయంలో సూర్య పరిస్థితి ఏంటా అనే కుతూహలం మొదలయింది ద్రోణలో.

13. ద్రోణ సంధ్య

తన జైలులో జరిగే అభివృద్ధిని అధికారులకు చూపించి జైలుకు మరికొన్ని ఆర్థిక అవసరాలు ఉన్నాయని వివరించడానికి రాజధానికి వెళ్ళాలనుకున్నాడు ద్రోణ. కానీ ఈ జైలు రాబడి పెంచవచ్చు అనే ఆలోచన కూడా ఉంది తనకి. సైంధవభవనం లో ఖైదీలకు ఇప్పటిదాకా ఉన్న పనులు, వస్తువులను ప్యాకింగ్ చేయటం, వాటి బరువులు చూసి స్టిక్కర్ అంటించడం, జైలు ను రోజూ శుభ్రం చేయటం మాత్రమే. ఇంతకన్నా చాలా ఎక్కువ పని జరగవచ్చు ఈ జైలులో అని గమనించిన ద్రోణ, తన కొత్త ఆలోచనలను అధికారులకు వివరించి, ఈ జైలుకు మరిన్ని పనులు తెప్పించాలి అనుకున్నాడు. ముందుగా ఖైదీలందరివద్దకు వెళ్ళి వారు జైలుకు రాక ముందు ఏ పని చేసేవారో కనుక్కున్నాడు. వాటన్నిటినీ పరిశీలించి ఏ ఖైదీ ఇంకా ఎన్ని సంవత్సరాలు ఇదే జైలులో కొనసాగవచ్చో రాసుకున్నాడు.

కేవలం ప్యాకింగ్, స్టికెరింగ్ పనులే కాక వెల్డింగ్, వడ్రంగి, వ్యవసాయం, బొమ్మల తయారీ, పుస్తక రచన, చిత్రపటాలు ఇలా ఒక

పదిహేనుకు పైగా పనులను చేయించవచ్చు అని అడిగితే కనీసం ఒక పది అయినా ఇస్తారు అన్నది ద్రోణ ఆశ. అన్ని వివరాలతో రాజధానికి బయలుదేరాడు. పని పూర్తి చేసుకొని రావడానికి వారం దాకా పట్టవచ్చని సబ్ – జైలరు శరద్ కు బాధ్యతలు అప్పగించి వెళ్ళాడు.

మూడురోజులు అయ్యిందో లేదో అనుకున్నదే జరిగింది, సూర్య చంద్ర ఇద్దరి మధ్య గొడవ. నిప్పురాజుకోవడానికి కారణం కనుక్కోవడం అరణ్య దహనంలో మంట కోసం వెతికినట్టే.

అసలే జైలరు అవ్వాలని ఎప్పటినుండో ఎదురుచూస్తున్న శరద్ కు చెమటలు పట్టాయి. ఈ గొడవ పెద్దది అయితే తను జైలును అదుపు చేయలేడు అనే పేరు వస్తుంది. సైంధవభవనంలో శాంతి భద్రతలు అదుపులో ఉంచడానికి వెంటనే చంద్ర ను గది మార్పించాడు. చేసేది ఏమి లేక, తన పాత గదికే పంపాడు. కానీ మరుగుదొడ్డి లేదు, అవసరమైనప్పుడు చెబితే సిబ్బంది తీసుకువెళ్ళాలి. శరద్ కు వేరే దారి కనబడలేదు.

నాలుగవరోజు ద్రోణ రానే వచ్చాడు. అనుకున్నదానికంటే ముందే అధికారులను కలిసి వాళ్ళని ఒప్పించి, జైలుకు నిధులు పెంచేలాగా చేసి ఆనందంతో తిరిగివచ్చాడు ద్రోణ. చేతిలో స్వీట్స్ మరియు పెద్ద దండతో ఆఫీస్ లోకి వచ్చాడు, సిబ్బందికి స్వీట్స్ పంచాడు. ఆ రోజు ప్రత్యేక భోజనం అని, ఏర్పాట్లు చూసుకొమ్మని వంటమాస్టారు పరబ్రహ్మం కి చెప్పాడు. తను తెచ్చిన దండ భరద్వాజ్ ఫోటోకు వేసి దండం పెట్టాడు.

"ఏంటి సార్ ఇవాళ స్పెషల్ ?" అడిగాడు చిత్రసేన్.

"ఈ రోజు భరద్వాజ్ వర్ధంతి" అని జైలు మొత్తానికి ప్రత్యేక భోజనాలు ఏర్పాటు చేసాడు.

అంతా ఏర్పాట్లు చూసుకుంటుండగా, యదావిధిగా రౌండ్స్ కి వెళ్ళాడు ద్రోణ. చంద్ర పాత గది లో కనపడేసరికి, ఏదో జరిగింది అని ఊహించి, చిత్రసేన్ ను పిలిచి జరిగిందంతా కనుక్కున్నాడు.

తను విందు ఏర్పాటు చేసిన ప్రతి సారి ఏదో ఒకటి జరగడం ద్రోణకు ఇబ్బంది అనిపించింది. ఆఫీసులో తన తండ్రి ఫోటో వద్దకు వచ్చి " ప్రతీ సంవత్సరం నువ్వు మమ్మల్ని వదిలి వెళ్ళిపోయిన రోజున నేను ఒక పని చేపడతాను. ఈ సారి సూర్యచంద్రులను కలిపే బాధ్యతను చేపడతాను. నువ్వు తయారు చేసిన ఈ జైలరు ఆ పని చేయగలుగుతాడు అనుకుంటున్నాను." అన్నాడు.

"ఈ జైలుకోసమే మిమ్మల్ని కన్నారు సార్ ఆ భరద్వాజ్ సార్" అన్నాడు చిత్రసేన్.

చిరునవ్వునే సమాధానంగా ఇచ్చాడు ద్రోణ. అప్పటికే చంద్రకు దగ్గరయి ఉన్న తనకు అది పెద్ద పని గా అనిపించలేదు.

విందు ప్రశాంతంగా పూర్తయింది. ఆ రోజుకి డ్యూటీ పూర్తి చేసుకొని ఎవరికి వారు షిఫ్టులు మారారు. ద్రోణ మాత్రం వెళ్ళలేదు. చంద్ర వద్దకు వెళ్ళాడు. గొడవ జరిగిందని తెలుసుకొని వచ్చాడు అనుకున్న చంద్ర వెంటనే క్షమించమని అడిగేసాడు. తను లేనప్పుడు అలా గొడవ చేయడం తప్పేనని కానీ తప్పలేదని చెప్పాడు.

తను వచ్చినది గొడవ గురించి కాదు అని చెప్పాడు ద్రోణ.

"మళ్ళీ ఆ గదికి మాత్రం పంపకండి" అన్నాడు చంద్ర.

"సరే చంద్ర, నాతో రా" ఖాళీ స్థలం లో ఉన్న చెట్టు కింద కూర్చున్నారు ఇద్దరు. "చంద్రా, నిన్ను సూర్య గదికి అయితే పంపను కానీ నేను అడిగిన ప్రశ్నలకు సమాధానం చెప్పాలి" అని అడిగాడు ద్రోణ.

"మీకు జరిగింది అంతా చెప్పాను, ఈపాటికే మీకు తెలుసు కదా. ఆ యాక్సిడెంట్ వల్ల నేనే నష్టపోయాను, అయినప్పటికీ నేను సూర్య తో అనుచితం గా ప్రవర్తించటం లేదు. కానీ సూర్య మాత్రం అప్పటి గొడవ మాత్రమే గుర్తుపెట్టుకొని, అయిన దానికి కానిదానికి నా మీద విరుచుకుపడుతున్నాడు. నేను అన్నీ మరిచిపోయి ఒకే గదిలో ఉన్నా పరవాలేదులే అనుకున్నా కూడా సూర్య నన్ను ప్రశాంతంగా ఉండనివ్వడం లేదు సర్" అన్నాడు చంద్ర.

"ఆ యాక్సిడెంట్ జరిగినప్పుడు మీరు అనుకున్న మాటల మూలంగా సూర్య ఇలా వ్యవహరిస్తున్నాడు అనుకుంటున్నావా".

"అవును సర్, అంతకన్నా ఇంకేముంది మా ఇద్దరిమధ్యా?"

"నిన్నటి గొడవ గురించి నేనేమి అడగను, కానీ దాదాపు పది సంవత్సరాలు అయ్యింది అని చెప్పావు, అందులో ఎక్కువ భాగం జైలు జీవితం గడిపారు ఇద్దరు. గత రెండు సంవత్సరాలు అయితే ఒకే జైలులో ఉన్నారు. ఇంకా ఒక చిన్న సంఘటన వల్ల కొట్టుకుంటున్నారు" అన్నాడు ద్రోణ.

"కోల్పోయింది నేను కదా సార్, మీకు చిన్న సంఘటగానే ఉంటుంది" నిట్టూర్చాడు చంద్ర.

"పోనీ ఆ యాక్సిడెంట్ వల్ల నువ్వు ఏమి కోల్పోయావో సూర్యకి చెప్పే ప్రయత్నం చేసావా?" అని అడిగాడు ద్రోణ.

"మాట్లాడకుండా ఒకే గదిలో ఉంటేనే, ఏదో నిప్పులమీద కూర్చున్నట్టు కూర్చుంటున్నాడు సూర్య, నా పరిస్థితి వింటాడా...? అయినా దారినపోయేవాళ్ళతో నేను ఎందుకు పంచుకుంటాను సర్, నాకున్న కోపానికి వాడితో ఈ జన్మ లో మాట్లాడలేనేమో" అన్నాడు చంద్ర.

"అప్పుడు యాక్సిడెంట్ అయిన వెంటనే గొడవ పడకపోయినా, లేదా ఆ గొడవ మధ్యలో ఎవరైనా మీ ఇద్దరినీ ఆపినా నీ భార్య కడుపులో ఉన్న బిడ్డను కాపాడుకోగలిగే వాడివా?" అని ద్రోణ అడిగిన ప్రశ్నకి

"ఆసుపత్రి కి తీసుకెళ్ళిన తరువాత డాక్టర్ చెప్పినదాని ప్రకారం అయితే... ఏమో కాపాడుకోగలిగే వాడినేమో" అని చెప్పాడు చంద్ర.

"అప్పుడు ఏమో గాని ఇప్పుడు నేను వచ్చాను మీ మధ్య గొడవ ఆపడానికి, ఆ యాక్సిడెంట్ అయినప్పటికీ నీ జీవితం బాగానే ఉంది. తరువాత నీకు ఒక పాప కూడా పుట్టింది. అయినా నువ్వు నీ జీవితాన్ని ప్రశాంతంగా గడపలేకపోయావు, నీ తప్పువల్లనే నువ్వు జైలుకు రావలసివచ్చింది. కాని ఆ యాక్సిడెంట్ వల్ల సూర్య కి ఏమయిందో తెలుసుకునే ప్రయత్నం చేసావా?" అని అడిగాడు ద్రోణ.

"వాడికి ఏమీ కాలేదు. వెంటనే వచ్చి నన్ను కార్ బయటకి ఈడ్చుకువెళ్ళగలిగినవాడికి ఏమి అయి ఉంటుంది? చిన్న దెబ్బ కూడా కనపడలేదు. వాడి బాధ అంతా కార్ పాడయినందుకే అయి ఉంటుంది. గొడవ పెద్దది చేస్తోంటే నేనే బాగు చేయిస్తాను కార్ అని కూడా చెప్పాను అయినా వాడు వినలేదు" అన్నాడు చంద్ర.

" హ్మ్మ్ నిజంగానే కార్ కోసం ఇన్ని సంవత్సరాలు అయినా, ఇలాంటి పరిస్థితుల్లో ఉన్నా, నీ మీద కోపం పోలేదు అంటావా? ఆ

యాక్సిడెంట్ వల్ల పాడయిపోయింది వాడి కార్ కాదు, వాడి జీవితం" అని చెప్పాడు ద్రోణ.

చంద్రకు అర్థం కాలేదు.

"నీ దగ్గరకు వచ్చే ముందు నేను సూర్య దగ్గరికి వెళ్లాను" అన్నాడు ద్రోణ.

14. సూర్యోపాఖ్యానం

ఆ రోజు మధ్యాహ్నం భోజనాలు అవ్వగానే చంద్ర దగ్గరకి వెళ్ళడానికి ముందు, సూర్యను పిలిచి చెట్టుకింద కూర్చోపెట్టాడు ద్రోణ. ఆ యాక్సిడెంట్ రోజు ఏమి జరిగింది అని సూర్యను అడిగాడు ద్రోణ.

సూర్య సూటిగా ద్రోణ కళ్ళల్లోకి చూసి ఇలా చెప్పాడు "ఏదైనా పని చేసేముంది రెండు సార్లు ఆలోచించి చెయ్యి అని చెప్పేవాడు సార్ మా నాన్న. ఆయన అనుభవం మొత్తం ఆ ఒక్క వాక్యంలో ఉంది అని తెలుసుకోలేకపోయాను. అలా పెద్దవాళ్ళు చెప్పేది, ఏదైనా చేయకూడని పని చేసినప్పుడు వెంటనే వచ్చే పర్యవసానం గురించి కాదు సర్. మనం పడుకునే ప్రతి సారి నిద్రపోయేముందు అది మనకు గుర్తురాకూడదు అని. కన్ను మూసిన ప్రతి సారి తనకు తాను కనపడతాడు సర్ మనిషి. ఆ ఒక్క క్షణం ఆవేశపడకపోతే ఈ ఒక్క జన్మ వేరేలా ఉండేదే అని కన్ను మూసిన ప్రతి సారీ అనిపిస్తుంది" అన్నాడు సూర్య.

సూర్యనోట ఇంత లోతుమాటలు ఊహించలేదు ద్రోణ.

"క్షణికావేశంలో చేయించిన హత్యకి పడిన శిక్ష గురించి ఆలోచిస్తున్నావు, శిక్షాకాలం అవ్వగానే దొరికే జీవితం గురించి ఆలోచించు, చీకటి బదులు వెలుగు కనపడుతుంది" అన్నాడు ద్రోణ. ద్రోణ కు భరద్వాజ్ వద్ద నుండి అబ్బిన బుద్ధులు కాబోలు.

"నాకు మీ కోర్టు వేసిన శిక్ష కన్నా రెండు సంవత్సరాల ముందే జీవితం విడుదలలేని శిక్ష వేసింది సర్" అన్నాడు సూర్య.

అంటే సరిగ్గా పది సంవత్సరాల ముందు. తన వైపు కథ చెప్పటం మొదలు పెట్టాడు సూర్య.

సూర్య మరియు నయన అప్పటికి ఆరేళ్ళుగా ప్రేమించుకుంటున్నారు. నయన ఇంట్లో పెద్దవాళ్ళు వీళ్ళ పెళ్లి కి ఒప్పుకోలేదు. సూర్య నాలుగు సంవత్సరాలు పెద్ద కంపెనీ లో ఉద్యోగం చేసి, అది మానేసి ఒక స్టార్ట్అప్ పెట్టాలనే ఆలోచనలో ఉన్నాడు. స్థిరత్వం లేని వాడికి నయనను ఇవ్వలేము అని వేరే సంబంధం చూసారు. సూర్యను ఉద్యోగం కొనసాగించమని నయన ఒత్తిడి తేవడంతో ఇద్దరిమధ్య గొడవ జరిగి, సూర్య ఎంతకీ ఒప్పుకోకపోవడంతో తల్లిదండ్రులు కుదిర్చిన సంబంధం ఒప్పుకుంది నయన.

నయన అంటే సూర్యకు చాలా ఇష్టం, గౌరవం. చిన్న గొడవ వల్ల నయన ఇంకొకరితో పెళ్ళికి ఒప్పుకోవడం సూర్యను విపరీతంగా కలచివేసింది. తన కోసం మళ్ళీ ఉద్యోగంలో చేరడానికి సిద్ధపడి ఆ విషయం చెప్పేలోగా పెళ్ళి నిశ్చయం అయిపోయింది. తనతో మాట్లాడడం కూడా కుదరలేదు సూర్యకు.

ఒప్పుకోక ఒప్పుకోక నయన పెళ్ళికి ఒప్పుకుంది, మనసు మారేలోపు చేసేద్దాము అని ఇరవై రోజులలో ముహూర్తం పెట్టించారు నయన తండ్రి.

గుండెబరువుతో ఉన్న సూర్య కి ఉదయం 2 గంటలకు నయన ఫోన్ చేసి మరుసటిరోజు పెళ్ళి అని చెప్పింది. ఎంత కాదనుకున్నా తనను మర్చిపోలేకపోతున్నాను అని, తొందరపాటు నిర్ణయం తీసుకున్నాను అని, ఉద్యోగంతో పని లేదు కలిసుంటే అదే చాలు అని చెప్పింది నయన.

సూర్య సంతోషానికి అవధులు లేవు.

ఇప్పుడు ఈ విషయం ఇంట్లో చెప్పలేనని, వెంటనే వచ్చి తీసుకెళ్లిపొమ్మని ఫోన్ లో ఏడుస్తుంది నయన.

సూర్యకు ఏమీ తోచడంలేదు. ఆలోచించుకునేంత సమయమూ లేదు. వెంటనే కార్ తీసి బయలుదేరాడు. నయనను చేరాలంటే 10 గంటల ప్రయాణం. ఈలోపు తన జీవితం ఎలా మలుపు తిరగబోతోందో అని సూర్య మెదడు నిండా వెయ్యి ఆలోచనలు. ఇలాంటి పరిస్థితులను ఊహించలేదు తను. తన భవిష్యత్తు గురించి ఎన్నో ప్రణాళికలు వేసుకున్నాడు. ఈ ఒక్క రోజు తరువాత ఏమి జరుగుతుందో అనే ఊహ తట్టడం లేదు సూర్యకు.

స్నేహితులకు ఫోన్ చేసి పరిస్థితి చెప్పి, పారిపోయే ఏర్పాట్లు చేయమని, ఒకవేళ గొడవ ఏదైనా జరిగితే వెంటనే పోలీసులను పిలవమని చెప్పాడు. దారిపొడుగునా ఎవరో ఒకరితో ఫోన్ లో మాట్లాడుతూనే ఉన్నాడు. నిద్ర సరిగా లేదు, చేయబోయే పని లో క్లారిటీ లేదు పైగా ఫోన్ ల మీద ఫోన్ లు.

ఇదంతా వింటున్న ద్రోణకు అర్థమయిపోయింది యాక్సిడెంట్ జరగబోతోంది అని.

ఇంకో గంటలో సూర్య నయనను చేరతాడు అనుకుంటున్నప్పుడు నయన ఫోన్ చేసి తనను పెళ్ళి హాల్ కు తీసుకెళుతున్నారు అని ఏడవడం మొదలుపెట్టింది. సూర్య తను హాల్ కే వచ్చేస్తాను అని, దగ్గరలో ఉన్నప్పుడు చెప్తాను, ఏదో ఒకటి చేసి బయటికొచ్చేలా చూడు అని చెప్పేలోపు ఎదురుగా ఒక కార్ వచ్చి గుద్దింది.

సూర్య తేరుకుని చూసేలోగా ఫోన్ పగిలిపోయింది. లైన్ లో ఉన్న నయనకు కాల్ కట్ అయిపోయింది. అది చూసి సూర్య కి పట్టరాని కోపం వచ్చింది. పోనీ వెంటనే స్టార్ట్ చేసి వెళ్లిపోదాము అని చూసాడు, కాని తన కారు ఎదుటి కార్ లో ఇరుక్కుపోయి కదలడం లేదు.

సూర్యుడిని కోపం అనే మబ్బు కమ్మేసినట్టయ్యింది. అతి ఆవేశంలో దిగి వెళ్ళి చంద్ర ను కాలరు పట్టుకొని బయటికి లాగి, కళ్ళు కనిపించడం లేదా అని మొదలుపెట్టిన గొడవ, చంద్ర తేరుకొని కారులో ఉన్న వీక్షణ గుర్తుకు వచ్చేదాకా జరిగింది.

"మా మధ్య మంటకి కాలం కరిగింది, జీవితం చేయి జారింది. ముసురుని చెరుపుకొని వెళ్లేసరికి నయనకు క్రాంతితో పెళ్ళి అయిపొయింది సర్."

"ఇంత గొడవలో మధ్యలో ఎవరైనా ఆపి ఉంటే బాగుండేది" అన్నాడు ద్రోణ.

సూర్యకి అప్పటికే గొంతు తడి ఆరిపోయింది. మాట రావడం లేదు. "మా మూర్ఖత్వపు మంటల్లో మా గొడవ ఆగలేదు, నయన పెళ్ళి ఆగలేదు" అన్నాడు.

సూర్యను ఇంకా ఇబ్బంది పెట్టలేక అక్కడనుండి లేచి చంద్ర ను కలవడానికి వెళ్ళాడు ద్రోణ.

ఇదంతా విన్న చంద్రకు మాట రాలేదు. ఇంత జరిగింది అనే విషయం ఇంకా మింగుడుపడటం లేదు. చాలా సేపటివరకు నిశ్శబ్దం అలుముకుంది. మౌనంలోనే చంద్ర లేచి గదికి వెళ్ళిపోయాడు.

ద్రోణ తన ఆఫీసుకు వచ్చి తండ్రి ఫోటో దగ్గర నిలబడి ఇలా అనుకున్నాడు, "అసలు తప్పు ఎవరిదో తెలియదు, అడుగు దూరంలో వీక్షణ, గంట దూరంలో నయన, కోపంలో కళ్ళు మూసుకుపోయిన సూర్యచంద్రుల చీకటి కథలో గొడవ ఆపడానికి నేను. అప్పుడే అక్కడ ఆ గొడవ ఆగి ఉంటే ఇప్పుడు ఇక్కడ నేను ఆపవలసి వచ్చేది కాదు."

చంద్రకు సూర్య వైపు కథ చెప్పాడు కానీ సూర్యకు మాత్రం చంద్ర ఆ యాక్సిడెంట్ లో కోల్పోయిన దాని గురించి చెప్పలేదు ద్రోణ.

15. గది – మార్పు

"సార్, ఈ సూర్య చంద్రుల సమస్యకు పరిష్కారం దొరికింది. ఇదిగోండి, శరద్ సర్ మీతో సంతకం పెట్టించుకొని రమ్మన్నారు ఈ ఫైల్ లో" అన్నాడు మరుసటిరోజు ఉదయం ద్రోణ ఆఫీసుకు ఒక ఫైల్ తో వచ్చిన చిత్రసేన్.

ఖైదీ విడుదల ఫైల్ అది. రాహుల్ అనే ఖైదీ కి అదే జైలులో ఆఖరి రోజు. శిక్షాకాలం పూర్తి చేసుకొని విడుదల అవుతున్నాడు.

"నేటితో ఆ గది సమస్య తీరిపోతుంది కదా సర్, చంద్రను ఈ రాహుల్ గదికి మారిస్తే ఇక చింత లేదు" అన్నాడు చిత్రసేన్.

అదే సమయంలో శరద్ ఆఫీసుకు వచ్చాడు. చిత్రసేన్ మాటలు విని, "అటెండర్ వి అటెండర్ లా ఉండు. ఏ గదిలో ఎవరిని ఉంచాలో జైలర్లు, సబ్ –జైలర్లు చూసుకుంటారు, మధ్యలో నీకెందుకు" అన్నాడు.

ద్రోణ సూర్యచంద్రుల వైపు పక్షపాత ధోరణిలో ఉన్నాడని శరద్ ద్రోణను ఏమి అనలేక చిత్రసేన్ పై నోరు పారేసుకుంటున్నాడు అనే సంగతి ద్రోణ, చిత్రసేన్, ఇద్దరికీ అర్థమయింది.

"చంద్ర ఉంటున్న గదిలోనే కాదు, ఇంకొన్ని గదులలో కూడా సమస్యలు ఉన్నాయి, వాటిని కూడా పట్టించుకోవడం మా బాధ్యత" అని చిత్రసేన్ తో కాస్త గంభీరస్వరంలోనే అన్నాడు శరద్.

శరద్ పెద్దవాడు పైగా అతను అన్న దాంట్లో తప్పు లేకపోయేసరికి ద్రోణ తిరిగి మాట్లాడలేదు. పరిస్థితి ఇబ్బందికరంగా మారుతోంది అని, చిత్రసేన్ చేతిలోంచి ఫైల్ తీసుకొని గబగబా సంతకం పెట్టేసి రౌండ్స్ కి సమయం అయింది అని వెళ్ళిపోయాడు ద్రోణ.

చిత్రసేన్, శరద్ కాసేపు ఒకరి మొహం ఒకరు చూసుకున్నారు.

ఫైలును శరద్ చేతిలో పెట్టి, "ఇలా చూసుకుంటూ ఉంటే ఎలా సార్, ఒక సబ్ – జైలరుగా ఇప్పుడు మీరు ఆ రాహుల్ విడుదల పనులు చూసుకోవాలి గా సార్" అన్నాడు చిత్రసేన్.

"ఎవరిని చూసుకొని ఇలా ఎగురుతున్నావో నాకు తెలుసు, ఎగిరి ఎగిరి అలిసి కిందకు వస్తావు గా అప్పుడు మాట్లాడతాను" అని విసుక్కుంటూ వెళ్ళిపోయాడు శరద్.

ద్రోణ రౌండ్స్ పూర్తి చేసుకొని ఆఫీసుకి వచ్చి టీ తెమ్మని చిత్రసేన్ కు చెబుదాం అని పిలిచే ముందే చిత్రసేన్ మరియు చంద్ర లోపలికి వచ్చారు.

తను గది మారతానని, సూర్యతో ఉంటానని అన్నాడు చంద్ర.

ఇంత త్వరగా చంద్ర ఈ మాట అంటాడు అని ఊహించలేదు ద్రోణ, "అదెంత పని చంద్ర, వెంటనే మార్చేద్దాం" అన్నాడు.

ద్రోణ ముఖంలో సంతోషం. చిత్రసేన్ ముఖంలో ఆశ్చర్యం. చంద్ర ముఖంలో మార్పు. మార్పుగానే సూర్య ముఖంలో కోపం.

సూర్య కోపం గమనించిన ద్రోణ, చంద్ర గదిలో మరమ్మత్తు పూర్తి కాగానే చంద్రను తన పాత గదికి మారుస్తాను అన్నాడు. ఇంకోసారి ఈ గది లో గొడవ జరిగితే సత్ప్రవర్తన ఖైదీల లిస్టులోనుంచి ఇద్దరి పేర్లు తొలగిస్తానని గట్టిగా చెప్పి వెళ్ళిపోయాడు.

సత్ప్రవర్తన లిస్టు అంటే ఆ జైలులో యావజ్జీవ శిక్ష పడిన ఖైదీల ప్రవర్తన మరియు మార్పు పరిగణ లోకి తీసుకొని తయారు చేసే లిస్టు. వీరిద్దరిపేర్లు ఆ లిస్టు లో ఉన్నాయి. ఈ జైలు యొక్క జైలరు ఆ లిస్టులో కొంత మంది ఖైదీలకు శిక్ష తగ్గించవచ్చునని సిఫారసు చేస్తారు. ఖచ్చితంగా ఈ సిఫారసు పట్టించుకుంటారు అని చెప్పలేము కానీ ఎంతో కొంత శిక్ష తగ్గవచ్చు.

చిత్రసేన్ ఇంకా ఆశ్చర్యంలోనే ఉండి ద్రోణను అడిగాడు-"సార్ ఇప్పుడు మారింది గదా? లేక చంద్ర నా?"

సూర్యచంద్రులు చాలాసేపటివరకు మాట్లాడుకోలేదు. మెరుపు వచ్చిన వెంటనే ఉరుము వినపడదు. మరి చంద్ర లో వచ్చిన మెరుపు ఎప్పుడు వినపడుతుందో అనుకునే లోపు చంద్ర నోరువిప్పాడు. ఈ జైలుకు చంద్ర వచ్చిన తరువాత అంటే రెండేళ్లలో సూర్యతో సూటిగా మాట్లాడడం ఇప్పుడే.

"సారీ సూర్య" అన్నాడు చంద్ర చాలా మృదువుగా. పొరపాటున కూడా సూర్య ఊహించని పదం అది.

అది సారీలో ఉన్న బలమో మరి సూర్యలో ఉన్న గుణమో... చెప్పగానే సూర్య ముఖ కవళికలు మారిపోయాయి. చంద్రుడి మీద నీరు ఉందో లేదో అని మన శాస్త్రవేతలు కనుక్కున్నారో లేదో నాకు తెలియదు, కానీ ఇక్కడ సూర్యుడి మీద నీరు ఉంది అని రుజువయింది.

సూర్య కంట ఆగని ప్రవాహం. పది సంవత్సరాలు రిజర్వాయిర్ లో పేరుకున్న నీటి డాం గేటు యొక్క బటన్ చంద్ర చెప్పిన సారీలో ఉందా...?

చంద్ర ఓదార్చే ప్రయత్నం చేస్తుండగా సూర్య అమాంతం వచ్చి చంద్రను గట్టిగా కౌగిలించుకున్నాడు. చాలా సేపు ఏడుస్తూనే ఉన్నాడు సూర్య.

ఆ సాయంత్రం ఆ గదిలో మాటల్లేవు. నిశ్శబ్దం మాత్రమే. మరుసటిరోజు ఇద్దరు కలిసి ఉండటం చూసాడు ద్రోణ.

"హమ్మయ్య ఇంక నా దృష్టిని పూర్తిగా జైలుపనుల మీద పెట్టవచ్చు" అని చిత్రసేన్ కి చెప్పి మిగతా ఖైదీలతో కలిసి జైలు పనుల్లో పడిపోయాడు ద్రోణ.

రోజులు గడుస్తున్నాయి, చిన్న చిన్న పదాలతో మొదలుపెట్టిన సూర్యచంద్రులు, చెరొకరిక పనిలో సహాయం చేసుకోవడం, కలిసి భోజనం చేయడం దాకా వచ్చారు. ఇక సమయం రానే వచ్చింది. ఇద్దరి మధ్య ఇబ్బందికరంగా ఉన్న పొర, కనిపించని తెరను తీసేద్దాం అనుకున్నాడు చంద్ర.

చీకటి పడింది, అంతా భోజనం చేసి ఎవరి గదులకు వారు వెళ్ళారు. నైట్ షిఫ్ట్ సిబ్బంది వారి స్థానాల్లో కాపలా కాస్తున్నారు. గదిలో సూర్య చంద్రులు గదికి తిరిగి వెళ్ళారు.

"ఎన్ని సార్లు ఆలోచించినా, ఆ రోజు అంతసేపు అలా ఎందుకు ప్రవర్తించాను అనే దానికి సమాధానం దొరకడం లేదు సూర్య." అన్నాడు చంద్ర.

సూర్య మాట్లాడలేదు.

"నీకు జరిగిన దానితో పోల్చుకుంటే నాకు జరిగినది చాలా చిన్నగా కనపడుతోంది. నా వల్ల ఇంకొకరి జీవితం ఇలా అయిపోతుంది అని కలలో కూడా అనుకోలేదు." అన్నాడు చంద్ర.

సూర్య వెంటనే "నీకు జరిగిన దానితో పోలిస్తేనా..?" అని ప్రశ్నార్థకంగా అడిగాడు.

ద్రోణ సూర్యకి తన గురించి ఏమీ చెప్పలేదు అని అర్థం చేసుకున్న చంద్ర మాట దాటివేయడానికి ప్రయత్నించినా, సూర్య బలవంత పెట్టేసరికి ఆ రోజు తన వైపు జరిగినది చెప్పాడు.

చంద్ర వైపు నుండి కథ విన్న సూర్య, "దేవుడా..!" అని అరిచి కళ్ళుమూసుకుని వెనక్కి వాలాడు.

యాక్సిడెంట్ కి ఇరువైపులా జరిగిన సంఘటనలు ఇప్పుడు ఇద్దరికీ తెలుసు. ఇక తెలియాల్సినది వీళ్ళు జైలుకెందుకు వచ్చారు అనేది. ఇప్పటికే సూర్య ఎనిమిది సంవత్సరాల శిక్ష, చంద్ర ఏడు సంవత్సరాల శిక్ష అనుభవించి ఉన్నారు.

16. సూర్యసెగ

మర్నాడు ఉదయం చంద్ర త్వరగా నిద్రలేచి గార్డ్స్ కోసం ఎదురుచూస్తూ ఉన్నాడు. విషయం ఏంటి అని సూర్య అడగగా ఇవాళ విజిటర్స్ డే అని, వాళ్ళ పాప కోసం ఎదురు చూస్తున్నానని చెప్పాడు. చాలా సంతోషంగా ఉన్నాడు చంద్ర.

సూర్య మాత్రం తన కోసం ఎవరూ రారు అని తెలుసు కాబట్టి తన రోజువారి పనిలో పడిపోయాడు.

ఎప్పటిలాగానే కూతురు వెన్నెల మాత్రమే చంద్రతో మాట్లాడి కొన్ని చాక్లెట్లు ఇచి వెళ్ళింది. వీక్షణ మాత్రం వ్యాన్ దిగలేదు. విజిటర్స్ సమయం అయిపోయిన తరువాత చంద్ర తన పనులన్నీ పూర్తి చేసుకుని గదికి వచ్చాడు.

చంద్ర కొన్ని చాక్లెట్లు సూర్యకు ఇచ్చి తినమన్నాడు.

"నేను కొనివ్వాల్సిన వయసులో తనే నాకు తీసుకొస్తుంది సూర్య, అదీ నా బ్రతుకు" అన్నాడు చంద్ర.

సూర్య ఏమి మాట్లాడకుండా చాక్లేట్ కవర్ తీసి తింటున్నాడు.

"నీ కోసం ఎవరూ రాలేదా" అని అడిగాడు చంద్ర.

"నా కోసం ఎవరూ రారు. నేను హత్య చేయించి జైలుకు వచ్చానని నేనంటే మావాళ్ళందరికీ అసహ్యం" అని చెప్పాడు సూర్య.

"నువ్వు స్టార్టప్ పెడదామనుకున్నావ్ కదా హత్య చేయడమేంటి, అసలు ఎలా జరిగింది" అని అడిగాడు చంద్ర.

చేతిలో ఉన్న చాక్లెట్ కవర్ ని చూస్తూ యాక్సిడెంట్ జరిగిన తరువాత ఏమి జరిగిందో చెప్పడం మొదలుపెట్టాడు సూర్య.

"ఆ యాక్సిడెంట్ లో తల స్టీరింగ్ కు గుద్దుకొని చాల నొప్పి వచ్చింది, ఆ నొప్పి వల్లనో తెలీదు, ఆ ప్రయాణ బడలిక వల్లనో తెలీదు, ఆ రోజు నయనను తీసుకెళ్ళిన తరువాత నా జీవితం ఎలా మారిపోబోతుందో అనే గుబులు వల్లనో, భయం వల్లనో తెలీదు, పట్టరాని అసహనం, కోపం, ఆవేదన వచ్చేశాయి నాలోకి. ఏమి చేస్తున్నానో తెలీదు. కళ్ళలో నయన, చేతిలో భవిష్యత్తు, ఎదురుగా నువ్వు. నా కలల జీవితం కల అయిపోవడం మొదలయింది నిన్ను చూసిన తరువాతే."

ఆ మాట వినగానే చంద్ర మనసు చివుక్కుమనింది. ఇంజక్షన్ సూది సరాసరి గుండె కి గుచ్చిన బాధ అది. మన వల్ల మనకి ఎంత పెద్ద నష్టం కలిగినా కలగని నొప్పి అది.

"గొడవ అవ్వగానే నువ్వు వెళ్ళిపోయావు, నా ఫోన్ పగిలిపోయింది, నయనకు పెళ్ళయిపోయింది, నా గుండె ఆగిపోయింది" అన్నాడు సూర్య.

అది విన్న చంద్రకు మాటలు లేవు. చంద్రుడు సూర్యుడిని చూడలేక భూమి వెనుక దాక్కోవాలి అనుకునేది ఇందుకేనా?

"రెండు సంవత్సరాలలో పూర్తిగా మృగంలా మారిపోయాను. మనిషికి మృగానికి తేడా మెదడు అంటారు. కానీ అది మెదడు కాదు మనసు, దానికి నేనే ఉదాహరణ" అంటూ చెప్పడం కొనసాగించాడు సూర్య. "యెల్లప్పుడూ నాలో నేను రగిలిపోతూ ఉండేవాడిని, ఇదంతా ముందుగానే తెలుసో ఏమో మరి, నా పేరు సూర్య అని పెట్టారు! మత్తుకు అలవాటుపడిపోయాను, మత్తు లేకుండా కన్ను మూస్తే నరకం. ఆ మృగం అక్కడితో ఆగలేదు ఒక లారీ డ్రైవర్ ను మాట్లాడి మనిషిని హత్య చేయించే దాకా నన్ను దిగజార్చింది. రెండు మూడేళ్ళు జైలులో గడిపేదాక ఆ మృగం నా మీద జాలి చూపలేదు. ఇప్పటికీ అది నాలోనే ఉంది కానీ నాలోని మనిషి గట్టిగా ఒత్తి పట్టి ఉంచుతున్నాడు. సొంత కంపెనీ కలల నుండి ఒక ప్రాణం తీసేదాకా పడిపోయాను" అని బరువు దింపుకున్నాడు సూర్య.

17. సత్ప్రవర్తన

సైంధవభవనం తరపున పది మంది సత్ప్రవర్తన కలిగిన ఖైదీల పేర్లు, వివరాలు, ఉన్నత అధికారులకు పంపవలసిన సమయం వచ్చింది. ఇంకొక రెండు వారాల వ్యవధిలో ద్రోణ ఆ పేర్లను పంపించాలి.

ద్రోణ ముందు ఉన్న పేర్లు 25, పంపవలసింది 10పేర్లు మాత్రమే. ఉద్యోగంలో చేరిన తరువాత ఇంత సంకట పరిస్థితి ఇప్పటివరకు రాలేదు ద్రోణకు.

చిత్రసేన్ ను 25ఖైదీలకు సంబంధించిన రికార్డులు తెమ్మని చెప్పాడు. ఇక జాగరణే అని అర్థమయిపోయింది చిత్రసేన్ కు. ఉదయం కూర్చున్నవాళ్ళు కేవలం భోజనానికి లేవడమే.

"సాయంత్రం అయింది, ఉదయం షిఫ్ట్ వాళ్ళంతా వెళ్ళిపోయారు, కానీ నాకు మాత్రం విముక్తి లేదు" అనుకోక తప్పలేదు చిత్రసేన్ కి.

షిఫ్ట్ దిగిన వాళ్ళు ఎక్కిన వాన్ బయల్దేరడానికి సిద్ధంగా ఉంది,

సరిగ్గా ఆరు గంటల సమయంలో ద్రోణ చేతిలో ఉన్న పుస్తకం మూసి చిత్రసేన్ ను చూసాడు.

చిత్రసేన్ హమ్మయ్య అనుకునేలోపే. "పద కాస్త టీ తాగి వద్దాం" అన్న ద్రోణ మాట విని ఇక ఇంటికెళ్ళే ఆలోచన మానుకున్నాడు.

టీ తాగి వచ్చి మళ్ళీ ఆఫీసు లో కూర్చున్నారు ఇద్దరు. ఉదయం నుండి ఫైల్స్ చూసి చూసి కళ్ళు లాగుతున్నాయని, కొన్ని రికార్డులు కాస్త చదివి వినిపించమని చిత్రసేన్ ను అడిగాడు ద్రోణ.

చిత్రసేన్ చేతిలోకి తీసుకున్న రికార్డు సూర్యది.

"సార్, మీ సూర్య ఫైల్ సార్".

"నా సూర్య ఏంటి నా సూర్య? ముందు చదువు" అన్నాడు ద్రోణ.

సూర్యకి సంబంధించిన అన్ని వివరాలు అందులో ఉన్నాయి. సూర్య ఒక లారీ డ్రైవర్ కు సుపారి ఇచ్చి శ్యాం అనే వ్యక్తిని లారీతో గుద్దించి చంపించాలనుకున్నాడు. లారీతో గుద్దడం కుదరకపోయేసరికి, తప్పేది లేక అందరూ చూస్తుండగానే కొట్టి కొట్టి చంపేసాడు డ్రైవర్ అరుణ్.

"ఎందుకు చంపించాడో చదువు" అని అడిగాడు ద్రోణ.

"తను ప్రేమించిన అమ్మాయి తనకు దూరమవ్వడానికి, మరియు తన జీవితం కకావికలం అవ్వడానికి కారణం అయిన వ్యక్తిని చంపాలని నిర్ణయించుకొని అరుణ్ అనే లారీ డ్రైవర్ తో హత్య చేయించాడు" అని రాసి ఉంది సర్ అన్నాడు చిత్రసేన్.

ద్రోణ, చిత్రసేన్ ఇద్దరు ఒక్కసారిగా ఒకరి మొహం ఒకరు చూసుకున్నారు.

అదే సమయంలో చంద్ర మరియు సూర్య జైలు గదిలో

మాట్లాడుకుంటున్నారు.

"నువ్వు చంపించినది...నయన భర్తనా?" అని అనుమానంగా సూర్యను అడిగాడు చంద్ర.

ఇక్కడ ఆఫీసులో కూడా చిత్రసేన్‌–" సూర్య చంపించింది తన లవర్ మొగుడినా సార్‌" అని అడిగాడు.

"నువ్వు ఖైదీల వివరాలు చదువుతున్నావు చిత్రసేన్‌ ఇలాంటివాటికి ఆశ్చర్యపోకూడదు, తరువాత చదువు" అన్నాడు ద్రోణ.

"కాదు అతను బ్రతికే ఉన్నాడు, అతని మీద ఏ కోపము లేదు నాకు" అని చంద్రతో అన్నాడు సూర్య.

"కానీ అది మిస్టేకెన్ ఐడెంటిటీ మర్డర్ అని సూర్య వాంగ్మూలం ఇచ్చాడు" అని చదివిన చిత్రసేన్‌, "మిస్టేకెన్ ఐడెంటిటీ మర్డర్‌" అంటే ఏంటి సార్ అని ద్రోణను అడిగాడు.

ఒకరిని చంపబోయి మరొకరిని చంపడం అని బదులిచ్చాడు ద్రోణ.

మళ్ళీ అవాక్కయ్యాడు చిత్రసేన్‌.

"మరి ఎవరిని హత్య చేసి జైలుకు వచ్చావు" సూర్యను అడిగాడు చంద్ర.

"ఎవరో అనామకుడిని, నేను ఎవరిని చంపించానో నాకే తెలియదు, ఆ అరుణ్ గాడు చేసిన పని. నేను ఒకడిని చంపమంటే వాడు ఇంకెవడినో చంపేసాడు" చెప్పాడు సూర్య.

"నువ్వు డబ్బులిచ్చి చంపమనింది చనిపోయిన వాడిని

కానప్పుడు నువ్వు హత్య చేయలేదనే కదా" అన్నాడు చంద్ర.

"నేను డ్రైవర్ కు సుపారి ఇచ్చినట్టు సాక్ష్యాలు ఉన్నాయి, నేను చంపమని చెప్పినట్టు సాక్ష్యాలు ఉన్నాయి. కానీ చంపమన్నది వాడిని కాదు ఇంకొకడిని అని చెప్పడానికి నా దగ్గర ఎటువంటి సాక్ష్యం లేదు" సూర్య.

"తన మాటలకు తగిన ఆధారాలు లేనందున సూర్యకు యావజ్జీవశిక్ష వేయబడినది" అని చదివాడు చిత్రసేన్.

సూర్య శిక్ష ఫైల్ అయిపోతే జైలు ప్రవర్తన ఫైల్ తెరువు అన్నాడు ద్రోణ.

లేదు సార్, ఇంకా చాలా ఉంది అని చదవడం కొనసాగించాడు.

"చేయని తప్పుకి ఇన్ని సంవత్సరాలు జైలులో ఉన్నావా" అడిగాడు చంద్ర.

"ఒకవేళ అరుణ్ నేను చెప్పిన మనిషిని చంపి ఉంటే, ఇదేగా నా పరిస్థితి. నా వల్ల ఒక ప్రాణం పోయింది. అది శిక్షార్హం" అన్నాడు సూర్య.

"శిక్ష పడ్డ ఆరునెలలతరువాత, కోర్ట్ తీర్పును ప్రశ్నిస్తూ ఒక లాయరు కేసును తిరగతోడాడు" అని చదవడం కొనసాగించాడు చిత్రసేన్. "హత్య జరిగిన సంఘటనని డ్రైవర్ చేసిన హత్యగా పరిగణించి, సూర్యకు ఈ హత్యకు ఎటువంటి సంబంధం లేదు అని, సూర్యకు వేసిన శిక్షను పునః పరిశీలించవలసినదిగా కోరాడు. ఆ లాయరు సేకరించిన సమాచారంలో అసలు సూర్య ఎవరిని చంపించాలనుకున్నాడు, చివరకు ఏమయింది అనే వివరాలు ఉన్నాయి."

సూర్య కూడా అదే విషయం చంద్ర కు చెబుతున్నాడు, "మా అన్నయ్య లాయరు, నేను ఎంత చెప్పినా వినకుండా నా కేసును మళ్ళీ

తెరిచాడు. కానీ నేను సహకరించలేదు, కోర్టు మా అన్నయ్యను మందలించింది. మరోసారి నా కేసును ఆధారాలు లేకుండా తోడవద్దని చెప్పింది. అప్పటినుండి మా ఇంట్లోవాళ్ళకి నా మీద కోపం."

"సొంత అన్న వచ్చి అడిగితే ఎందుకు ఒప్పుకోలేదు సూర్యా, అసలు నువ్వు చంపాలి అనుకున్నది ఎవరిని?" అడిగాడు చంద్ర.

చిత్రసేన్ "ఇక వివరాల్లోకెళితే, సూర్య హత్య చేయిద్దాం అని అనుకున్నది ఒక పెద్ద కంపెనీలో మేనేజరుగా పనిచేస్తున్న చంద్ర అనే వ్యక్తిని. కానీ లారీ డ్రైవర్ చంపినది పెయింటర్ శ్యాం అనే వ్యక్తిని" ఒక్కసారిగా చదవడం ఆపేసి మళ్ళీ వెనక్కి వెళ్ళి చదివాడు. తను చూసినది నిజమే. సూర్య హత్య చేయాలి అనుకున్నది చంద్రనా? అని ఆశ్చర్యంతో అరిచాడు చిత్రసేన్.

ద్రోణ, చిత్రసేన్ ఇద్దరు ఆ ఫైల్స్ అక్కడే పడేసి పరిగెత్తుకుంటూ 18వ గది వద్దకు వెళ్ళారు.

అదే సమయం లో ఆ గది లో ...

"నేను హత్య చేయాలి అనుకున్నది నిన్నే" అని చంద్రతో అన్నాడు సూర్య.

ఒక్కసారిగా చంద్ర తల ఎత్తి సూర్య కళ్ళల్లోకి చూసాడు. అదొక భయంకరమైన ఊహ. సూర్య మొహంలో పశ్చాత్తాపం స్పష్టంగా కనపడింది. అది చూసిన చంద్ర మొహంలో భయం మరియు కోపం కన్నా, జాలి ఎక్కువగా కనపడుతోంది. క్షణం భయపడినా, కాస్త ఆలోచించగా ఇప్పుడు తన ఎదురుగా ఉన్నది అప్పటి సూర్య కాదు అని అర్థమయింది చంద్రకు. ఇప్పటికీ హాని చేయాలని అనుకుంటే ఇన్ని రోజులూ ఇద్దరూ ఒకే గదిలో ఉన్నా ఏమి చేయకుండా ఉండడు కదా.

చంద్రకు అదే సమయంలో సూర్య నిజం చెప్పడం గది బయట నుండి విన్న ద్రోణ మరియు చిత్రసేన్, పరిస్థితి అదుపు తప్పుతుందేమో అనే భయంతో ఆ గది దగ్గరలోనే ఒక బల్ల మీద కూర్చున్నారు.

"ఇదేమి జాగరణ రా బాబు" అనుకోవడం తప్పలేదు చిత్రసేన్ కు. రాత్రంతా అక్కడే కూర్చున్నారు ఇద్దరు.

తెల్లవారింది, బల్లమీద తల వాల్చిన చిత్రసేన్ లేచి చూసేసరికి సూర్య, చంద్ర ఇద్దరు ప్రశాంతంగా నిద్రపోతున్నారు. ద్రోణ ఆ పక్క బల్ల మీద నిద్రిస్తున్నాడు. లేచి, ఒళ్ళు విరిచి, మెల్లగా కాంటీన్ వైపు వెళ్ళి టీ తీసుకువచ్చి, ద్రోణను నిద్ర లేపాడు.

ద్రోణ లేచి సమయం చూసుకొని, తాను ఎక్కడున్నాడో చూసుకొని, తేరుకుని, టీ తీసుకొని తాగుతూ, "నిన్ను ఇంక ఇబ్బంది పెట్టనయ్యా, మిగతా సత్ప్రవర్తన రికార్డులు నేను చూసుకుంటానులే కానీ నువ్వు ఇంటికెళ్ళు, ఇవాళ నీకు ఆన్ డ్యూటీ రాస్తాను" అని చెప్పి చిత్రసేన్ ని పంపించేసాడు. ఆఫీసుకు వెళ్ళి మిగతా ఫైల్స్ ముందు పెట్టుకొని పని మొదలుపెట్టాడు.

సూర్య మొహం తేటపడింది. వంటికి పట్టిన దయ్యం వదిలినట్టయింది. చాలా తేలికపడ్డాడు. ఇన్ని సంవత్సరాలు తన బలాన్ని కొద్ది కొద్దిగా తినేసిన తుప్పు వదిలిపోయినట్లనిపించింది. మసకబారిన కళ్ళతో ప్రపంచాన్ని చూస్తున్న పిల్లాడికి మొదటిసారి కళ్ళజోడు పెట్టినప్పుడు కలిగే భావన సూర్య కళ్ళల్లో కనపడుతోంది.

అది చూసిన చంద్రకు కూడా ఎవరో మనసులో చేయి పెట్టి బరువును తీసేసినట్లనిపించింది. ద్రోణ సూర్య వైపు జరిగినది చెప్పినప్పటినుండి, సూర్య ఇలా అయిపోవడానికి పరోక్షంగా తానే

కారణమని సతమతమయిపోయాడు చంద్ర.

సూర్యచంద్రుల మధ్య మంచి బంధం ఏర్పడింది. చంద్ర వచ్చిన రెండు సంవత్సరాల నుండి ఒకరితో ఒకరు మాట్లాడుకోకుండా తప్పు చేసాము అని అనుకున్నారు ఇద్దరు.

గడిచినదే జీవితం కాదనీ, ఇంకా చాలా ఉంది అనీ, ఎలాగోలా మిగిలిన శిక్ష పూర్తి చేసుకొని తన కుటుంబం తో కలిసి జీవించాలని ఎదురుచూస్తున్నాడు చంద్ర.

సత్ప్రవర్తన గురించి ద్రోణ అన్న మాటలు గుర్తు తెచుకున్న ఇద్దరూ ద్రోణ వద్దకు వెళ్ళి, ఇద్దరమూ కలిసి పని చేస్తామని, ఏ పని ఇస్తే ఆ పని చేస్తామని, జైలు అభివృద్ధి లో భాగము అవుతామని, తమని సత్ప్రవర్తన లిస్టులో చేర్చగలిగితే చేర్చమని అడిగారు.

ద్రోణ చాల సంతోషం అని చెప్పి, తమ పేర్లు పరిగణలోకి తీసుకుంటాను కాని తన ఒక్కడి చేతుల్లో అంతా ఉండదు, జైలు సిబ్బంది అందరికి తమ వంతు మార్కులు ఉంటాయి అన్నాడు.

జైలులో సూర్యచంద్రులు ఇద్దరికీ మంచి పేరే ఉంది, ఎవరి జోలికీ వెళ్లరు అని. అంతా బాగానే ఉన్నా, వీరిద్దరి మధ్య మొన్నటిదాకా ఉన్న గొడవల వల్ల మార్కులు తగ్గవచ్చు అని కాస్త బాధ పడ్డా, వచ్చే సంవత్సరం పంపించినా మంచిదే అని అనుకున్నారు.

అలా కొన్ని రోజులు చాలా ప్రశాంతంగా గడిచాయి.

18. సప్తాశ్వ సారథి–సూర్యచంద్ర వారధి

కొన్ని వారాల క్రితం సైంధవభవనం నుండి రాహుల్ అనే ఖైదీ విడుదల అయ్యాడు కదా, ఇప్పుడు ఆ స్థానంలోకి మరొక ఖైదీని ఈ జైలుకు బదిలీ చేసారు. ఖైదీ పేరు అరుణ్. అతని ఫైల్ తీసుకొని చిత్రసేన్ ద్రోణ వద్దకు వచ్చాడు.

అది తీసుకొని, అరుణ్ కేసు మరియు శిక్ష వివరాలు వేగంగా పరిశీలించిన ద్రోణ, చిత్రసేన్ వైపు, భరద్వాజ్ ఫోటో వైపు చూసి నిట్టూర్చాడు. "ఈ అరుణ్ ఎవరో చూస్తావా" అని ఫైల్ ని చిత్రసేన్ చేతికిచ్చాడు.

అది చూసాక అర్థమయింది ద్రోణ భరద్వాజ్ ఫోటో ను ఎందుకు చూసాడో. తన తండ్రి వద్ద సూర్యచంద్రులను కలిపి వాళ్ళు ప్రశాంతంగా ఉండేలా చేస్తాను అని వర్ధంతి రోజున సంకల్పించుకున్నాడు ద్రోణ. అనుకున్నట్టే జరిగింది అని మనసు కుదుటపడేలోపే ఈ అరుణ్ వచ్చాడు.

ఇప్పుడు జైలుకు వచ్చిన ఖైదీ అరుణ్ మరెవరో కాదు, చంద్రను చంపించడానికి సూర్య మాట్లాడిన ఆ లారీ డ్రైవర్. అది చూడగానే చిత్రసేన్

మొహంలో రంగులు మారిపోయాయి. మరిన్ని జాగరణలు మెదడులో మెదిలాయి.

"సార్, ఇప్పటివరకు వచ్చిన జైలరులు ఖైదీల జోలికే వెళ్ళేవాళ్ళు కాదు సార్. టైమ్ కు వచ్చి టైమ్ కు పోయేవాళ్ళు. అప్పుడు ఇలాంటి ట్విస్టులకు ఆస్కారమే ఉండేది కాదు. మీరేమో తండ్రి– ఆదర్శం అనుకుంటూ ఖైదీల గాథలు, బాధలు, వ్యధలు అంటూ మొదలుపెట్టారు. ఇప్పుడేమో అది రకరకాల మలుపులు తిరుగుతుంది" అని కాస్త చిరాకుతో కూడిన వెటకారంతో అన్నాడు చిత్రసేన్.

చిత్రసేన్ మాటలు వింటున్నంతసేపు ద్రోణ కళ్ళల్లో తండ్రి భరద్వాజ్ మెదులుతున్నాడు. ఇద్దరు ఉదయం వాకింగ్ చేస్తూ తన తండ్రి చెప్పిన మాటలు, తన తండ్రికి గుండెపోటు రావటం ఇలా అన్నీ గుర్తుకు వచ్చాయి. ఒక్క సారిగా చిత్రసేన్ ను చాలా కోపంగా చూసాడు.

"మిగతా జైలర్ల సంగతి నాకు తెలియదు, నా తండ్రి జైలరు కర్తవ్యం, బాధ్యత గురించి చెప్పినవే నాకు తెలుసు, మరొకసారి వేరేవాళ్ళతో నన్ను పోల్చవద్దు" చెప్పాడు ద్రోణ.

చిత్రసేన్ కు తన పరిధి దాటి మట్లాడానని అర్థమయిపోయింది. 'క్షమించండి సర్, క్షమించండి సర్' అంటూ బ్రతిమిలాడాడు.

తను చేసేపని మీద తనకు నమ్మకం ఉంది. జైలరుగా వచ్చినప్పటి నుండి ఇప్పటి వరకు మారిన జైలు పరిస్థితులు చూస్తే అది అర్థమవుతుంది. ఇక అరుణ్ రాకతో ద్రోణకు మరొక పని మొదలయ్యేలా కనిపిస్తోంది.

సూర్యకు మరియు అరుణ్ కు ఒకేసారి శిక్ష పడింది. అరుణ్ ది పది సంవత్సరాల జైలు శిక్ష. ఇద్దరికీ ఒకే కేసు లో శిక్ష పడటం వల్ల అప్పటి

నిబంధనల ప్రకారం ఒకే జైలులో వేయలేదు. అరుణ్ నిన్నటి వరకు ఉన్న జైలు యొక్క పరిసర ప్రాంతాలు క్రమంగా అభివృద్ధి అవుతుండడంతో ఊరికి చివర కొత్త జైలు భవనాన్ని నిర్మిస్తున్నారు. తద్వారా అరుణ్ సైంధవభవనానికి వచ్చాడు. అరుణ్ కి ఇంకా ఒకటిన్నర సంవత్సరాల శిక్ష మిగిలి ఉంది.

ఫైల్ ను పరిశీలించిన ద్రోణ అరుణ్ ని ఏ గదికి పంపాలో ఆ ఫైల్ లో రాసాడు. జైలు భద్రత తన భాద్యత అని, అరుణ్ మరియు సూర్య, చంద్ర ల మీద ఎప్పుడూ ఒక కన్నేసి ఉంచమని, ఏదైనా అనుమానాస్పదంగా జరిగితే వెంటనే తనకు తెలియజేయమని చిత్రసేన్ కు చెప్పాడు.

"అలాగే సర్" అన్నాడు కానీ చిత్రాసేన్ ముఖం ఇంకా చిన్నబుచ్చుకునే ఉన్నాడు.

ఇంతకుముందు కాస్త దురుసుగా మాట్లాడాను అనిపించి "కలిసి పని చేద్దాం చిత్రసేన్" మన జైలు కోసమే కదా అంటూ చిరునవ్వు నవ్వాడు ద్రోణ.

చిత్రసేన్ కూడా తేలిక పడి చిరునవ్వుతో వెళ్ళిపోయాడు.

అందరితోపాటు అరుణ్ భోజనానికి వచ్చాడు. చిత్రసేన్ గమనిస్తూనే ఉన్నాడు. సుమారు మధ్యలో ఉన్న బల్ల వద్ద అరుణ్ కూర్చున్నాడు. కుడివైపునుండి సూర్య, ఎడమవైపు నుండి చంద్ర నడుచుకుంటూ వస్తున్నారు. చిత్రసేన్ కు ఏదో జరగబోతోంది అని అనుమానం వచ్చింది. ఏదైనా మొదలయితే వెంటనే ద్రోణను పిలుచుకురావాలి అని అనుకున్నాడు. దూరంగా నిలుచుని కళ్ళన్నీ అరుణ్ మీద ఉంచాడు.

ఆ క్షణం రానే వచ్చింది. మధ్యలో కూర్చున్న అరుణ్ తల ఎత్తి

చూడగానే సూర్య, ఒక్కసారి గుండె జారినంత పని అయింది అరుణ్ కు. సూర్య మాత్రం అరుణ్ ను ఇంకా చూడలేదు. చేతులు కడుక్కొని వస్తున్న చంద్రని చూస్తున్నాడు. మెల్లగా సూర్య చూసే వైపు అరుణ్ తల తిరిగింది. చంద్రను చూసి ఇంకాస్త కిందకి జారింది అరుణ్ గుండె. ఏమి చేయాలో అర్థం కాక తల దించేసుకున్నాడు. మెల్లగా ఇద్దరు వచ్చి అరుణ్ కూర్చొని ఉన్న బల్ల వద్ద ఎదురుగా ఉన్న కుర్చీలలో కూర్చున్నారు.

నిశబ్దం. వాళ్ళు మాట్లాడుకోవటం లేదు. మిగతా కాంటీన్ మొత్తం గోల గోల గా ఉన్నప్పటికీ ఈ ఒక్క టేబుల్ నిశ్శబ్దంగా ఉండే సరికి, చిత్రసేన్ కు మొత్తం జైలు నిశ్శబ్దంగా ఉన్నట్టు అనిపిస్తోంది.

"మొన్నటిదాకా ఇద్దరు, ఇప్పుడు ముగ్గురయ్యారు" అనుకున్నాడు చిత్రసేన్. అక్కడ కూర్చున్న ముగ్గురిలో ఎవరికి ఎవరిమీద కోపం ఉందా అని ఆలోచించడం మొదలుపెట్టాడు.

"సూర్య చేయమన్న హత్య అరుణ్ చేయకపోగా వేరే హత్యను సూర్య మీదకు నెట్టేసాడు. సూర్యకి అరుణ్ మీద ఖచ్చితంగా పీకల్లోతు కోపం ఉంటుంది. అరుణ్ చంద్రను చంపడానికి ఒప్పుకున్నాడు, అసలు ఆ రోజు అంతా అనుకున్నట్టు జరిగి ఉంటే చంద్ర అరుణ్ చేతుల్లో చనిపోయేవాడు. చంద్ర కు కూడా అరుణ్ మీద కోపం ఖచ్చితంగా ఉంటుంది. సూర్య వల్లనే అరుణ్ కి జైలు శిక్ష పడింది, అరుణ్ కి సూర్య అంటే కోపం" అనుకుంటూ తల గోక్కున్నాడు.

చిత్రసేన్ కు తెలియని సంగతి ఏమిటంటే, ద్రోణ సూర్యచంద్రులతో గంట క్రితమే మాట్లాడాడు. ఈ సమయంలో ఎలాంటి గొడవలకు పాలుపడ్డా తమ పేర్లు సత్ప్రవర్తన లిస్టులో చేర్చడం అసాధ్యం అని సూర్య చంద్రులకు అర్థమయ్యేలా హెచ్చరించాడు ద్రోణ.

సాధ్యమయినంత త్వరగా జైలు నుండి బయటపడి కొత్త జీవితం మొదలు పెట్టాలి అని ఇద్దరూ అనుకుంటున్నారు కాబట్టి ద్రోణ పని సులువు అయింది.

చిత్రసేన్ ఆ ముగ్గురిని చూస్తున్నాడు. ముందు సూర్య నోరు విప్పాడు.

"ఎందుకు చేసావ్" అరుణ్ ను అడిగాడు.

సమాధానం రాలేదు.

"పోనీ ఎవరి హత్యను నా మీద రుద్దావో చెప్పగలవా" అన్నాడు.

"అది ఎవరో చేయించిన హత్య కాదు, నువ్వు వీడిని చంపమని చెప్పావు,"చంద్ర వైపు వేలు చూపుతూ అంటున్నాడు అరుణ్, "వీడి ఫోటో ఇచ్చావు, వీడు ఉండే ప్రదేశానికి పంపావు. నేను వీడిని చంపడానికే వెళ్లాను. కానీ మరొకడు పోయాడు."

"మరి ఆ ముక్క జడ్జికి చెబితే నేను ఇన్ని సంవత్సరాలు జైలులో మగ్గవలసిన అవసరం ఉండేది కాదు కదా, అక్కడ ఎందుకు రా అంతా నేను చెప్పినట్టే జరిగింది అని చెప్పావు? " అని అడిగాడు సూర్య.

"ఇంకో సంవత్సరంలో నా విడుదల ఉంది, ఇప్పుడు ఎలాంటి ఇబ్బందినీ కోరుకోవడం లేదు, నన్ను వదిలేయండి" అంటూ అక్కడనుండి లేచి వెళ్ళిపోబోయాడు అరుణ్.

సూర్య వెంటనే అరుణ్ కాలర్ పట్టుకుని ఆపాడు. వారిద్దరిమధ్య వేడికి చిత్రసేన్ కు చెమటలు పట్టాయి. వెంటనే ద్రోణ వైపు పరిగెత్తాడు.

పరిస్థితి అదుపు తప్పడం గమనించిన చంద్ర వెంటనే లేచి సూర్యను ఆపాడు.

"సూర్య అందరూ చూస్తున్నారు, కాస్త ఆలోచించి అడుగువేయాలి" చెప్పాడు చంద్ర.

సూర్య వెంటనే అరుణ్ ను వదిలేసి అక్కడే కూలబడ్డాడు. ఈలోపు ద్రోణ చిత్రసేన్ తో కలిసి వచ్చాడు, కానీ అప్పటికే అరుణ్ వెళ్ళిపోయాడు. అక్కడ ఏం జరిగినట్టు కూడా లేదు.

ఉన్నచోటే కూర్చొని తల పట్టుకున్న సూర్య కళ్ళలో నీరు, తన భుజం మీద చేయివేసాడు చంద్ర.

"ఆ యాక్సిడెంట్ జరిగిన రోజు నా పక్కన నీ లాంటి వాడు ఉండి కాస్త ఆలోచించు అని చెప్పి ఉంటే నాకు ఈ దుస్థితి వచ్చేది కాదు" అంటూ చంద్రను పట్టుకొని ఏడుస్తున్నాడు సూర్య.

సూర్యను చూస్తే చంద్రకు జాలి వేసింది. తనను చంపాలి అనుకున్న సూర్య, ఇప్పుడు తన చేతులు పట్టుకొని ఏడుస్తున్నాడు.

ఇదంతా దూరం నుంచే గమనించిన ద్రోణ మరియు చిత్రసేన్ వారిని వదిలేసి తమ పనులలోకి వెళ్ళిపోయారు.

ఎప్పటిలాగానే ద్రోణ తన తండ్రి ఫోటో వద్దకు వెళ్ళి "జైలు మనుషులని శిక్షించడానికి కాదు, మనుషులను మార్చడానికి అని నువ్వు చెప్పినది నేను కళ్ళారా చూసాను నాన్న" అని అన్నాడు.

19. చంద్రుని మీద మచ్చ

"రోజులు గడుస్తున్నాయి. సత్ప్రవర్తన లిస్టు లో మన పేర్లు ఉన్నాయో లేదో తెలియదు, ఒకవేళ ఉన్నా మన శిక్ష తగ్గిస్తారో లేదో తెలియదు" అన్నాడు సూర్య.

"ఖచ్చితంగా తగ్గే అవకాశాలు ఉన్నాయి, ద్రోణ సర్ కూడా మనకి సహాయం చేసే మనిషే కాబట్టి మనకి పూర్తి శిక్ష అనుభవించవలసిన అవసరం రాకపోవచ్చు" అన్నాడు చంద్ర.

సూర్య కళ్ళల్లో మాత్రం నిర్వేదం. అది చూసిన చంద్ర తన వంతు ఏదైనా చేయగలడేమో అని ఆలోచించాడు. అదును చూసుకొని సూర్య లేని సమయంలో ద్రోణ వద్ద సూర్య కేసు విషయం ప్రస్తావించాడు.

సూర్యకు ఏ పాపం తెలియదని, సూర్య చంపాలి అనుకున్నది తనను అని, కానీ అరుణ్ వేరే ఎవరినో చంపి ఆ పాపం సూర్య మీద వేసాడు అని చెప్పి, ద్రోణ ఏమయినా చేయగలడా ఈ విషయంలో అని అడిగాడు చంద్ర.

ద్రోణ చంద్ర చెప్పినదంతా విని, "సూర్య ఫైల్ ను క్షుణ్ణంగా చదివాను చంద్రా, నువ్వు చెప్పేది నేను అర్థం చేసుకోగలను. కానీ, సూర్యకు వ్యతిరేకంగా సాక్ష్యాధారాలు బలంగా ఉన్నాయి" అని అన్నాడు.

"ఇప్పుడు అరుణ్ చేసినది ఒప్పుకుంటే సూర్య బయటపడగలడా?" అడిగాడు చంద్ర.

"అరుణ్ తనంతట తాను ఒప్పుకోవడమే కాకుండా చంపమన్నది నిన్ను అనగా చంద్రని అని నిరూపించడానికి కూడా సాక్ష్యాలు కావాలి, అప్పుడే మనం ఏదైనా చేయడానికి అవకాశం ఉంటుంది" వివరంగా చెప్పాడు ద్రోణ.

"అరుణ్ తో ఒకసారి మాట్లాడే అవకాశం కల్పించగలరా సర్" అడిగాడు చంద్ర.

"చూడు చంద్ర, కల్పించలేను అని కాదు. కానీ, ఇప్పటికే నిన్నూ సూర్యనీ ప్రత్యేకంగా చూస్తున్నాను అనే పేరు వచ్చింది నాకు. ఇప్పుడు ఈ పని చేస్తే అంతా కలిసి నా మీద ఫిర్యాదు చేస్తారు" అని చెప్పాడు ద్రోణ.

ద్రోణ చెప్పినది అర్థం చేసుకున్న చంద్ర మారు మాట్లాడకుండా వెళ్ళిపోయాడు.

ఇదంతా చూసిన చిత్రసేన్ చంద్ర వద్దకు వెళ్ళి, "సూర్య చెప్పినదంతా నమ్మి సూర్య ఒక అమాయకుడు అనుకోవడం ఆశ్చర్యంగా ఉంది. ఒక చిన్న గొడవకే నిన్ను చంపాలి అని అనుకున్న వాడు, ఇంకొకడిని చంపడు అని నమ్మకం ఏంటి చంద్ర నీకు? ఆ ఇంకొకడిని చంపమని చెప్పింది కూడా సూర్యనే అయి ఉండవచ్చు కదా? ఫోటోలు, అడ్రస్ అన్నీ పంపిన తరువాతే చంపాడు కదా అరుణ్ ఆ శ్యాం అనే వ్యక్తిని"

అని అడిగాడు.

"మీరడిగిన ప్రతి ప్రశ్న నిజమే, ప్రశ్నలు ఉన్నాయి అంటే దానికి సమాధానం కూడా ఉండాలి కదా? కానీ ఆ సమాధానాలు నా వద్ద లేవు, వాటికోసమే అరుణ్ తో మాట్లాడాలి అనుకున్నాను" చెప్పాడు చంద్ర.

చంద్ర తాపత్రయం చూసిన చిత్రసేన్ "హ్మ్మ సరే అలా అయితే ఈ వారంలో ఏదో ఒక షిఫ్ట్ లో ఇద్దరి డ్యూటీ కలిసి వచ్చేలా చూస్తాను. కానీ, ఎట్టిపరిస్థితిలో నాకు మాట వచ్చేలా ప్రవర్తించకూడదు" అని మాట తీసుకున్నాడు.

కృతజ్ఞతలు తెలిపి గదికి వెళ్ళిపోయాడు చంద్ర.

చిత్రసేన్ చెప్పినట్టుగానే ఒక స్టిక్కరింగ్ షిఫ్ట్ ఖైదీల డ్యూటీలో చంద్ర మరియు అరుణ్ పేరు వచ్చేలా చేసాడు.

స్టిక్కరింగ్ డ్యూటీ అంటే రెండు పనులు ఉంటాయి, అందుకే ఇద్దరు ఖైదీలను కేటాయిస్తారు. ప్యాకింగ్ పూర్తి చేసుకుని వచ్చిన వస్తువులు ఒక గదిలోకి చేరుస్తారు. అన్నిటికీ బరువు చూడాలి, బరువు చూపించిన మిషనే ఒక స్టిక్కరును ప్రింట్ చేస్తుంది, దాన్ని తీసి వాటిమీద అతికించాలి. ఒక ఖైదీ ప్యాకెట్ ను లేదా బస్తాను లేదా బాక్స్ ను బరువు చూసే మెషీన్ మీద పెట్టాలి. మరో ఖైదీ స్టిక్కరు తీసి దానిమీద అతికించి పక్కన వరుసలో పెట్టాలి.

షిఫ్ట్ మొదలయింది, చంద్ర అరుణ్ కలిసి పని చేయాలి.

"వీడితో పదిన్దేంటా బాబు" అనుకుంటున్నట్టుగా ఉంది అరుణ్ మొహం.

చిత్రసేన్ వీరి దగ్గరకు వచ్చి, "మీకు కావలసినంత పని ఉంది,

అంతకు మించి సమయం ఉంది. మీ అదృష్టం, ఇవాళ యాభై కేజీల బస్తాలు కాక, పది కేజీల బాక్స్ లు వచ్చాయి. ప్రశాంతంగా కలిసి పని చూసుకొని భోజనానికి రండి" అని చెప్పి చంద్ర వైపు సైగ చేసి వెళ్ళిపోయాడు.

"నేను బాక్స్ లు దీని మీద పెడతాను, నువ్వు స్టిక్కరు అంటించు" అని చంద్ర అనగానే, సరే అన్నట్టు తల ఊపాడు అరుణ్.

చంద్ర చాలా మెల్లగా పని చేస్తున్నాడు.

"ఈ జైలులోకి ఇప్పటివరకు పులులు రాలేదంటావా?" అని అడిగాడు చంద్ర.

అరుణ్ పలకలేదు.

"పోనీ ఇక్కడినుండి తప్పించుకునే ప్రయత్నం ఎవరైనా చేసారంటావా?" అని అడిగాడు.

ఎంత మాట్లాడించడానికి ప్రయత్నించినా అరుణ్ పట్టించుకోకుండా పని చేస్తున్నాడు.

చేతులు నొప్పి పెడుతున్నట్టుగా నటించి, "కాసేపు పని ఆపుదాము" అన్నాడు చంద్ర.

అరుణ్ ని మాటల్లో పెట్టడానికి తను జైలులో ఏడు సంవత్సరాలు ఉన్నానని. మొదటి అయిదు సంవత్సరాలు వేరే జైలులో ఉండి రెండు సంవత్సరాల క్రితం ఈ జైలుకు వచ్చినట్టు చెప్పాడు చంద్ర.

అరుణ్ మాత్రం అసలు ఏమీ పట్టనట్టు, చంద్ర చేయవలసిన పని కూడా తానే చేయడం మొదలుపెట్టాడు.

"నేనూ నీలాగే హత్య కేసులో జైలుకు వచ్చాను, ఒక పెయింటర్

ను హత్య చేసాను" అన్నాడు చంద్ర.

చేస్తున్న పనిని ఆపేసి ఒక్కసారిగా చంద్ర వైపు చూసాడు అరుణ్.

అరుణ్ ఇంతసేపటికి తను చెప్పిన దానికి స్పందించాడు అని గమనించిన చంద్ర, పూర్తి కథ చెప్పటం మొదలు పెట్టాడు.

"సీమంతం ఏర్పాట్లు మొదలు పెట్టేక్రమంలో మా ఆవిడ వీక్షణను పుట్టింటికి తీసుకు వెళుతుండగా అనుకోకుండా నా కార్ యాక్సిడెంట్ అయింది. పుట్టకముందే మా బిడ్డను కోల్పోయాము. మా కలలన్నీ అదే రోడ్డు మీద పడిపోయాయి. ఆ షాక్ కి వీక్షణ మానసికంగా చాల బలహీన పడిపోయింది. పూర్తి డిప్రెషన్ లోకి వెళ్ళిపోయింది. " అంటూ తనను కుంగతీసే జ్ఞాపకాలను అరుణ్ ముందు చెప్తున్నాడు చంద్ర, "నా మానసిక పరిస్థితి కూడా దెబ్బతింది. కానీ, వీక్షణను జాగ్రతగా చూసుకోవాల్సిన బాద్యతతో త్వరగా కోలుకున్నాను. ఎన్ని రకాలుగా ప్రయత్నించినా ఇంట్లో, గుండెల్లో ఏదో తెలియని వెలితి."

తరువాత ఏం చెప్తాడో అన్నట్టుగా ఎదురుచూస్తున్నాడు అరుణ్.

"వీక్షణది ఫోటోగ్రాఫిక్ మెమరీ, ఒక్కసారి ఏదైనా చూసింది అంటే బ్రెయిన్ లో స్టోర్ అయిపోతుంది. తను డిప్రెషన్ కు గురవ్వడానికి మూలకారణం కూడా అదే, ఆ రోజు జరిగిన సంఘటనను మరిచిపోలేకపోవడమే. డాక్టర్లు ఒంట్లో ఉన్న రోగాన్ని తగ్గించగలరు కాని మనసులో ఉన్న మదనాన్ని తగ్గించలేరుగా. వీక్షణ ఎవ్వరితో మాట్లాడేది కాదు, ఎంత పలకరించినా ఏదో లోకంలో ఉండేది. అలాంటి సమయంలో వీక్షణతో కలిసి ఒక గృహప్రవేశం ఫంక్షన్ కి వెళ్ళాము. ఆ ఇంట్లో చేయించిన ఇంటీరియర్ అంతా చూస్తూ ఇలాంటివి తను ఎక్కడెక్కడ ఎన్నేళ్ళ క్రితం చూసిందో చెప్పటం మొదలుపెట్టింది. పాత ఇళ్ళకి కొత్త

ఇళ్ళకి ఎంతో మార్పు వచ్చింది, చాలా డిజైన్లు మారిపోతున్నాయి అని, ఇంట్లో ప్రతిమూల గమనిస్తూ అనర్గళంగా మాట్లాడుతుంది. అప్పటికి సంవత్సరంపైనే అయింది వీక్షణను అలా చూసి. అది చూసిన నేను, వీక్షణ తల్లితండ్రులు చాలా సంతోషించాం. మర్నాడు వీక్షణ తండ్రి నన్ను ఆఫీస్ లో కలిసి, తనకు ఉన్న స్థలం రాసిస్తాను అని చెప్పి మమ్మల్ని అక్కడ ఇల్లు కట్టుకొమ్మని చెప్పారు. కానీ ఇల్లు ఎలా ఉండాలి, ఎలా తయారు చేయాలి అనేది మాత్రం పూర్తిగా వీక్షణకే వదిలేయాలి అని చెప్పారు. వీక్షణ మునుపటిలా మారడానికి ఇది ఖచ్చితంగా ఉపయోగపడుతుంది అని అనిపించింది మా ఇద్దరికీ."

గతం తలచుకోవటానికి ఇబ్బంది పడుతూ, చెమట తుడుచుకుంటూ చెప్పడం కొనసాగించాడు చంద్ర, "వెంటనే ఇంటి పని మొదలు పెట్టాము. వీక్షణలో మార్ప ప్రస్పుటంగా కనిపించింది. ఇంటికి సంబంధించిన ప్రతి పనిలో శ్రద్ధ పెట్టింది. ఇల్లు సగం అయ్యేలోపే మా వీక్షణ మాకు దొరికేసింది. ఇంటి పనులు అన్నీ వీక్షణ ఇష్ట ప్రకారమే జరిగాయి. రంగులు చాలా ముఖ్యం అని, ఇంటర్నెట్ లో ఉన్న కేటలాగ్లు అన్నీ తిరగేసి రంగులు ఎంచుకుంది. ఇల్లు పెయింటింగ్ దశకు రావడానికి చాలా సమయం ఉంది, అయినా ముందే పెయింటర్ ను మాట్లాడించి వెంటనే రంగులు బుక్ చేయించింది నాతో."

పెయింటర్ అనే మాట వినగానే అరుణ్ ముఖకవళికలు మారాయి. చంద్ర కళ్ళలోకి సూటిగా చూసాడు.

"వీక్షణ మళ్ళీ ప్రెగ్నెంట్ అయింది. ఇరుకుటుంబాలలో సంతోషం. ఈ సారి బిడ్డ కొత్త ఇంటిని తీసుకు వస్తుండడంతో త్వరలో రెండు వేడుకలు. అంతా హాయిగా ఉన్న నా జీవితం ఇప్పుడు ఇలా అయిపోతుంది అని ఎవరు ఊహించగలరు? ఇల్లు అయిపోవచ్చింది,

పెయింటింగ్ పనులు మొదలయ్యాయి. పెయింటింగ్ అయిపోతే ఇల్లు చేతికొచ్చేసినట్టే. పోయినసారిలాగా ఎలాంటి ఆటంకాలు రాకూడదని ఈసారి కొత్త ఇంట్లోనే సీమంతం చేద్దాం అన్నారు వీక్షణ నాన్నగారు. నేను కూడా ఒప్పుకున్నాను. పెయింటింగ్ పూర్తయ్యాక వీక్షణను ఇంటికి తీసుకెళ్ళి ఇంకేమైనా చేయించాలంటే చెప్పమని అడిగాను. ఇంటి లోపలకి బయటకి రెండు మూడుసార్లు తిరిగిన వీక్షణ చాలా అసహనంగా కనిపించింది."

"నేను చెప్పిన రంగులేంటి, మనింటికి వేసిన రంగులేంటి" అంటూ కోపంగా అరవటం మొదలుపెట్టింది వీక్షణ.

ఇంటి రంగులు బాగానే ఉన్నాయి అని నేను కూడా చూసుకోలేదు అవే రంగులు వేసారో వేరేవి వేసారో.

ఇది పెద్ద సమస్య కాదు, మళ్ళీ రంగులు మార్పించవచ్చు కాని సమయానికి అందదేమో అనిపించింది. అదే విషయం వీక్షణకు చెప్పాను. తను మాత్రం నా మాట పట్టించుకోలేదు.

"ఈ రంగులు ఉన్న ఇల్లు నాది కాదు, ఈ ఇంట్లోకి రాను" అని చెప్పింది.

"వీక్షణ చెప్పిన రంగులే పెయింటర్ కు ఇచ్చాను, కానీ వాడు వేసిన రంగులు వేరు." అని చంద్ర అరుణ్ కి చెప్తుండగానే...

"నువ్వు రంగులు ఇచ్చినప్పటికీ, పెయింట్లు వేసినప్పటికీ పెయింటర్ మారిపోయాడు కదా మరి" అని మాట్లాడాడు అరుణ్.

షిఫ్ట్ మొదలయ్యాక అరుణ్ నోరు విప్పటం ఇదే మొదటిసారి.

చంద్రకు అర్థం కాలేదు. "ఇదేంటి అసలు సంబంధం లేకుండా

మాట్లాడుతున్నాడు" అనుకున్నాడు.

"లేదు అరుణ్, పెయింటర్ మారలేదు" అన్నాడు చంద్ర.

అరుణ్ ముఖం ప్రశ్నార్థకం గా పెట్టాడు.

చంద్ర ఆ తరువాత జరిగింది కొనసాగించాడు, "ఇంటి పెయింటింగ్ మొత్తం పెయింటర్ సుందర్ కి అప్పగించాను. ఆ సమయంలో పెయింటర్ సుందర్ మరియు వాడి పని ముఠా ఇంట్లోనే ఉన్నారు. మిగతావాళ్ళు అంతా గడపలకు పెయింటింగ్ వేస్తుంటే సుందర్ మెయిన్ గేటుకు పెయింట్ వేస్తున్నాడు. సుందర్ ను పిలిచి నిలదీసాను, అతను మాత్రం చాలా దురుసుగా సమాధానమిచ్చాడు. మాటా మాటా పెరిగింది. ఇలాంటి పని చేసినందుకు పైసా కూడా ఇవ్వను దిక్కున్న చోట చెప్పుకోమన్నాను, అతను కోపంలో వెంటనే నా కార్ అద్దం పగులగొట్టాడు."

అరుణ్ మొహంలో ఆశ్చర్యం ఇంకా పెరిగింది. బాగా ఇబ్బందికరం గా ఉన్నట్టు కనపడుతున్నాడు.

చంద్ర మాత్రం అది చూడకుండా తల వచుకొని గొంతులో బాధ తో "తట్టుకోలేక చేయి చేసుకున్నాను, సుందర్ నా మీదకొచ్చి బలంగా తోసాడు. పక్కనే ఉన్న వీక్షణ నన్ను పట్టుకోబోయి తను కూడా కిందపడిపోయింది. వీక్షణ క్రిందపడటం చూసి నా గుండె ఆగిపోయింది. క్షణికావేశం, ఒక్క క్షణం కూడా ఆలోచించలేదు, వీక్షణ నా చేయి పట్టుకొని వద్దు వద్దు అని అరుస్తూనే ఉంది. అయినా వినలేదు నేను. వాడి గుండెల మీద గట్టిగా తన్నాను. ఎగురుకుంటూ వెళ్ళి ఆ పగిలిన అద్దానికి గట్టిగా గుద్దుకొని అవతల వైపు పడ్డాడు. నేను వీక్షణను పైకి లేపాను."

జరిగింది జరిగినట్టు గుర్తుచేసుకున్తున్నాడు చంద్ర, "వీక్షణ నన్ను

చూడటం లేదు, నా వెనక్కి చూస్తోంది. కన్నార్పకుండా చూస్తోంది. అక్కడ సుందర్ కింద పడిన చోట పని వాళ్ళందరూ గుమిగూడారు. ఒకడు అంబులెన్సు కి ఫోన్ చేసాడు. వీక్షణ లేవలేకపోతోంది, నాకు ఏమీ తోచడం లేదు. ఇరవై అడుగుల దూరంలో గుంపు. అందరు మమ్మల్ని కోపంగా చూస్తున్నారు. గుంపులోంచి ఒకడు 'గాలాడనివ్వండి', 'గాలాడనివ్వండి' అని అరిచి వాళ్ళను పక్కకు తోస్తున్నాడు. పని వాళ్ళు పక్కకు జరిగేసరికి, సుందర్ మాకు కనపడుతున్నాడు. వంటి నిండా రక్తం. కారు అద్దం సుందర్ లోకి దిగింది. కళ్ళ ముందే కొట్టుకొని కొట్టుకొని ఒక్కసారిగా ఆగిపోయాడు, చనిపోయాడు."

తలుచుకుంటూ తల పట్టుకున్నాడు చంద్ర "అది చూసి వీక్షణ స్పృహ తప్పింది. నాకు కాళ్ళు, చేతులు, మెదడు... ఏవీ పనిచేయలేదు. సుందర్ ను అంబులెన్సు ఎక్కించారు, వాళ్ళు మా మీదకొస్తుంటే ఒకడు వాళ్ళని ఆపి, మమ్మల్ని గబగబా లాగి, మా కార్ ఎక్కించి మమ్మల్ని హాస్పిటల్ చేర్చాడు. డాక్టర్లు వీక్షణ మరియు కడుపులో బిడ్డ ఇద్దరూ క్షేమం అని చెప్పారు. పోలీసులు నన్ను అరెస్టు చేసారు. అక్కడున్న వాళ్ళందరూ, డబ్బులు ఎగ్గొట్టడానికి కావాలనే చంపాడు అని కోర్ట్ లో చెప్పారు. నాకు యావజ్జీవ జైలు శిక్ష వేసారు."

బరువుగా తల పైకెత్తి చూసాడు చంద్ర. అరుణ్ తల పట్టుకొని కూర్చున్నాడు. తనకు జరిగింది విని అరుణ్ జాలి పడుతున్నాడేమో అనుకున్నాడు చంద్ర.

"ఇదంతా ఎప్పుడు జరిగింది?" అని అడిగాడు అరుణ్.

"2010లో" బదులిచ్చాడు చంద్ర.

"అంటే ఏ నెలలో?"

"డిసెంబరులో..."

"పెయింటర్ పేరు ఏమన్నావు" కాస్త కంగారుగానే అడిగాడు అరుణ్.

"సుందర్" అని చెప్పాడు చంద్ర. చంద్రకు అర్థం కావట్లేదు, అరుణ్ ఒక్కసారిగా ఇలా ప్రశ్నలడుగుతున్నాడేమిటి అనుకున్నాడు.

"సరిగ్గా గుర్తు తెచ్చుకొని చెప్పు చంద్ర, వాడు ఎలా ఉంటాడు" అని అడిగాడు అరుణ్.

సూర్య కోసం మాట్లాడాలి అని వస్తే అరుణ్ పనంతా ఆపేసి తన గురించి అడిగి సమయం వృథా చేస్తున్నాడు అనిపించింది చంద్రకి. "అదంతా తరువాత చెప్తాను, నేను నీతో ఇంకో ముఖ్యమైన విషయం మాట్లాడాలి" అని అన్నాడు చంద్ర.

"లేదు చంద్ర, దయచేసి చెప్పు నీకు దండం పెడతాను" అన్నాడు అరుణ్.

అరుణ్ విచిత్ర ప్రవర్తన చూసి చంద్ర ఆశ్చర్యపోయాడు. "చాలా సంవత్సరాలు అయింది, సరిగా గుర్తుకూడా లేదు, గుర్తున్నంతవరకు చెబుతాను" అని వర్ణించడం మొదలుపెట్టాడు.

"ఇరవై నుండి ఇరవైఅయిదు సంవత్సరాలు ఉండవచ్చు. చాలా బిజీ పెయింటర్, ఎప్పుడూ ఏదో ఒక పని చేస్తూనే ఉంటాడు. వాడిని రెండే సార్లు కలిసాను, రంగులు చెప్పడానికి ఒకసారి, నా ఖర్మ కాలే ముందు ఒక సారి, అదే వాడిని హత్య చేసిన రోజు" చెప్పాడు చంద్ర.

"ఆ రెండు సార్లు చూసినది ఒక్కడినేనా?" అని అడిగాడు అరుణ్.

"అదేంటి, ఒక్కడే...!" అన్నాడు చంద్ర.

"ఇంకా చెప్పు ఎలా ఉంటాడో" అడిగాడు అరుణ్.

అరుణ్ ప్రవర్తన కాస్త విచిత్రంగా అనిపించినా, తప్పక చెప్పడం కొనసాగించాడు చంద్ర. "మన రాష్ట్రం కాదనుకుంటా అరకొర తెలుగు మాట్లాడేవాడు. మొహం సగం పెయింట్ తో మిగతా సగం గడ్డంతో ఉండేది. తలకి రుమాలు చుట్టుకొని ఉంటాడు"

"వాడిని నువ్వు సరిగ్గా హత్య చేసే సంవత్సరం ముందు అంటే డిసెంబరు 2009లో కలిసావా?" అని అడిగాడు అరుణ్.

"మళ్ళీ చెప్తున్నా, నేను హత్య చేయలేదు అదొక యాక్సిడెంట్ లా జరిగిపోయింది" అన్నాడు చంద్రా.

"అయ్యో చంద్రా, సరే ఆ యాక్సిడెంట్ కి సంవత్సరం ముందు వాడిని నజర్ అనే దాబాలో కలిసావా లేదా?" అని అడిగాడు అరుణ్.

"అవును అప్పుడే మొదటిసారి కలిసి ఇంటి పెయింటింగ్ కాంట్రాక్టు ఇచ్చాను వాడికి" అని చెప్పి, "ఆగు, ఆ దాబా పేరు నజర్ అని నీకెలా తెలుసు?" అని అరుణ్ ని అడిగాడు చంద్ర.

"అప్పుడు కూడా వాడు తలకి రుమాలు కట్టుకొని ఉన్నాడా?" అని అడిగాడు అరుణ్.

"అవును" అన్నాడు చంద్ర.

"మొహానికి సున్నం, సిమెంట్ ఉన్నాయా ".

మళ్ళీ "అవును" అనే చెప్పాడు చంద్ర.

అది విన్న అరుణ్ ఒక్కసారిగా వెనక్కి వాలి, పైకి చూసి,

కళ్ళుమూసుకొని, గట్టిగా తల పట్టుకున్నాడు.

"ఏమయింది అరుణ్" అని చంద్ర అంటుండగానే చిత్రసేన్ వచ్చాడు. భోజనం సమయం అయింది, పదండి అని చెప్పాడు.

ఇద్దరూ కదలడం లేదు. చిత్రసేన్ చంద్ర వద్దకు వచ్చి, "మీరిలా చేస్తే నేను మీకు ఎప్పటికీ సహాయం చేయలేను" అని హెచ్చరించాడు.

చేసేదేమీ లేక చంద్ర మెల్లగా లేచి భోజనశాలకు వెళ్ళాడు. ఆ వెనకే అరుణ్ కూడా వెళ్ళాడు.

20. ఒళ్ళు జలతరించే నిజం

సూర్యచంద్రులు ఒక టేబుల్ మీద కూర్చొని భోంచేస్తున్నారు, అరుణ్ తన పళ్ళెం తీసుకొని అదే టేబుల్ వద్దకు వచ్చి కూర్చున్నాడు. సూర్య, చంద్ర ఇద్దరూ ఆశ్చర్యపోయారు, వదిలేయండి అని వెళ్ళిపోయినవాడు వచ్చి మరీ దగ్గర కూర్చున్నందుకు.

అరుణ్ కూర్చున్న వెంటనే చంద్ర వైపు చూసి, "చంద్ర సరిగ్గా గుర్తుతెచ్చుకొని చెప్పు, నువ్వు చంపిన వ్యక్తి, నువ్వు నజర్ దాబాలో కలిసిన వ్యక్తి ఒకడేనా?" అని అడిగాడు.

సూర్య అరుణ్ వైపు కోపంగా చూసి, "నజర్ దాబా విషయం ఇప్పుడెందుకు" అన్నాడు.

"అసలు నజర్ దాబాతో మీ ఇద్దరికీ ఏంటి సంబంధం అని ఆశ్చర్యంతో" అడిగాడు చంద్ర.

సూర్య కి మాట రాలేదు, తల దించుకున్నాడు.

"అదంతా తరువాత చంద్ర, సరిగ్గా గుర్తుతెచ్చుకొని చెప్పు" అని అడిగాడు అరుణ్.

"గుర్తుతెచ్చుకోవడానికి ఏమి లేదు, నేను నా ఇంటికి మాట్లాడింది ఒక్క పెయింటర్ నే, అతన్ని నజర్ దాబాలో మొదటిసారి కలిసాను, ఇంటికి ఏమేమి కావాలో, ఏ రంగులు వేయాలో, ఎలా ఉండాలో అంతా స్పష్టంగా అతనికి వివరించాను, అతను కూడా పనికి ఒప్పుకున్నాడు. ఆ తరువాత నేను వాడిని మార్చలేదు, ఏమున్నా ఫోన్ లో మాట్లాడేవాడిని" కాస్త గట్టిగానే చెప్పాడు చంద్ర.

అరుణ్ వెంటనే సూర్య వైపు తిరిగి, "సూర్య ఆ రోజు చంద్ర ఫోటో మరియు నజర్ దాబా అడ్రస్ పంపించి హత్య చేయమని చెప్పావు, నేను వెళ్ళేసరికి చంద్ర ఆ పెయింటర్ తోనే మాట్లాడుతున్నాడు" అన్నాడు.

చంద్ర ను పక్కనే పెట్టుకొని అలా మాట్లాడడం సూర్యకు చాలా ఇబ్బందికరంగా అనిపించింది. చంద్ర కూడా ఇబ్బంది పడ్డాడు.

"ఎప్పుడేం మాట్లాడాలో తెలీదు నీకు" అని, తన పళ్ళెం తీసుకొని పక్క టేబుల్ వద్దకు వెళుతుండగా అరుణ్ చేయి పట్టి ఆపాడు.

చిత్రసేన్ గమనిస్తూనే ఉన్నాడు.

సూర్యా చెప్పేది విను, "ఆ రోజు చంద్రను హత్య చేయడానికి వెళ్ళి నేను హత్య చేసినది ఎవరినో కాదు ఆ పెయింటరునే, అంటే చంద్ర ఎవరినయితే హత్య చేసి జైలుకొచ్చాడో వాడినే" అని అరుస్తూ తలపట్టుకొని కూర్చున్నాడు అరుణ్.

ఇది విన్న సూర్య, చంద్ర మరియు చిత్రసేన్ మొహాలల్లో నెత్తుటిచుక్క లేదు. అరుణ్ చెప్పినది విని అర్థం చేసుకొని కోలుకోవడానికి

పది నిముషాలు పట్టింది వాళ్ళకి. అందరూ అరుణ్ వైపే చూస్తూ ఉండిపోయారు.

"అవును సూర్య, నేను చంపినది, చంద్ర చంపినది ఒక్కడినే!"

హత్య జరిగిన రోజు ఏం జరిగిందో చెప్పడం మొదలుపెట్టాడు అరుణ్, "నెల రోజులు రెక్కి చేసి, పోలీసులకి, జనాలకి దూరంగా ఉంటుంది అని నజర్ దాబా అయితే కరెక్ట్ అని నువ్వు నాకు చంద్ర ఫోటో మరియు దాబాను ఎలా చేరుకోవాలో పంపించావు. నువ్వు చెప్పినట్టుగానే నేను మధ్యాహ్నం ఒకసారి వెళ్ళి దాబా మొత్తం పరిశీలించి, నా లారీని అక్కడే పార్క్ చేసి, మళ్ళీ సాయంత్రం దాబాకి వెళ్ళాను. నేను వెళ్లేసరికి చంద్ర, శ్యాం ఇద్దరూ దాబాలో ఒక టేబుల్ మీద ఎదురెదురుగా కూర్చొని మాట్లాడుకుంటున్నారు" అన్నాడు అరుణ్.

చంద్ర విస్తుపోయి వింటున్నాడు, తన హత్య ప్లాన్ తన ముందే వివరిస్తుంటే చాలా ఇబ్బందిగా అనిపిస్తోంది తనకి. కానీ పేరు తప్పు చెప్పాడు అరుణ్ అనుకున్నాడు.

"నేను మాట్లాడింది శ్యాంతో కాదు సుందర్ తో" అన్నాడు చంద్ర.

"అయ్యో చంద్రా...! అందరం మోసపోయాం. వాడి పేరు శ్యామా, సుందరా అనేది కాదు ఇక్కడ విషయం. నువ్వు అంతసేపు మాట్లాడిన మనిషి తన వద్ద ఉన్న పెయింట్ రంగుల పుస్తకంతో లేచి వెళ్ళాడు. అవునా? " అని చంద్ర ను అడిగాడు అరుణ్.

అవును అన్నట్టుగా తల ఊపాడు చంద్ర.

"ఈ లోపు పార్కింగ్ పక్కనే ఉన్న పాన్ షాప్ దగ్గర నీ కోసం నేను ఎదురుచూస్తున్నాను. నువ్వు వాడు వెళ్ళగానే వెళ్ళలేదు" అన్నాడు అరుణ్.

అవును నా టీ ఇంకా అవ్వలేదు, అది తాగి వెళదాం అని కూర్చున్నాను అన్నాడు చంద్ర.

మళ్ళీ తల పట్టుకున్నాడు అరుణ్. "ఆ టీ వల్లే నువ్వు బ్రతికిపోయావు. ఆ పెయింటర్ గాడు, వెళ్ళేవాడు వెళ్ళకుండా పాన్ షాప్ వద్దకు వచ్చి నాతో గొడవ పెట్టుకున్నాడు. నేను నిన్నే చుస్తూ కాపు కాస్తుంటే, అడ్డంగా వచ్చి నిలుచున్నాడు. జరగమన్నా జరగలేదు. నేను విసుక్కుంటే, తన షర్టుకు ఉన్న రంగును నాకు అంటించాడు. నువ్వు ఇంకా రావట్లేదని నేను చూస్తుంటే వీడు మీద మీదకొచ్చాడు. అడ్డంగా నిలుచున్నాడని పక్కకి మెల్లగా తోసాను అంతే. నన్ను తోస్తావా అని తన చేతిలో ఉన్న పెయింట్ కలర్ కేటలాగ్ తో నా మొహం మీద గట్టిగా కొట్టాడు. వచ్చి నా కాలర్ పట్టుకున్నాడు. "

సూర్య కి మాత్రం ఏమి అర్థం కావట్లేదు, అలాగే కూర్చొని వీళ్ళిద్దరు చెప్పేది వింటున్నాడు.

అరుణ్ చంద్ర వైపు చూస్తూనే, "సరిగ్గా అప్పుడే నువ్వు లేచి వెళ్ళిపోతున్నావు. సారి, సారి అని ఎన్ని సార్లు చెప్పినా వాడు నన్ను వదలట్లేదు. నువ్వు నీ కార్ ఎక్కి వెళ్ళిపోయావు. కష్టపడి ప్లాన్ చేసినదంతా నాశనం అవుతోంది అని కోపంతో వాడి చెంప మీద చెళ్ళున ఒకటి పీకాను. అంతే, వాడు పక్కన ఒక బండ రాయి తీసి నా లారీ అద్దం పగులగొట్టాడు. ఎక్కడలేని కోపం వచ్చేసింది నాకు.ఆ పగిలిన అద్దం ముక్క తీసుకొని వాడి పొట్టలో గుచ్చబోయే సరికి వాడు తప్పించుకున్నాడు కానీ అది వాడి కుడి

మోకాలు కింద దిగింది. కదలలేక పోయాడు. అంతే వెళ్ళి వాడి గుండెమీద గట్టిగా తన్నాను. బక్క ప్రాణం, నేలకతుక్కుపోయాడు. అంతా క్షణంలో జరిగిపోయింది. ఎలాగయినా నిన్ను అందుకోవాలి అని లారీ ఎక్కాను. ఒకడు వచ్చి అన్నా నీ పర్స్ పడిపోయింది అని చేతికిచ్చాడు. నువ్వు వెళ్ళిపోయావనే హడావిడిలో అది జేబులోపెట్టుకున్నాను. అటు ఇటు చూసేలోపు దాదాపు ఇరవై మంది పోలీసులు వచ్చేసారు, వాడి వద్దకు వెళ్ళి చూసారు. నా లారీ ఆపేశారు, వాడు చనిపోయాడు అని చెప్పారు. నన్ను అరెస్టు చేసారు."

అరుణ్ ఆ రోజు జరిగిన సంఘటనని కళ్ళకి కట్టినట్టు చెప్తుంటే, సూర్య, చంద్ర, చిత్రసేన్ మౌనం గా వింటున్నారు.

"దాబాలో వాడిని తన్నడం అందరూ చూసారు. పోలీసులు వాడి బాడీ తీసుకువెళ్ళారు. నా చేతిలో వాడి పర్సు ఉంది. అందులో వాడి ఫోటో ఉంది. ఇదంతా రెప్పపాటులో జరిగిపోయింది. వాడిని చచ్చేంత తన్నలేదు నేను. లాయరు వచ్చాడు, జరిగినది జరిగినట్టు చెప్తే తక్కువ శిక్ష పడేలా చేస్తా అన్నాడు. జరిగినదంతా లాయరుకు చెప్పాను. నీ అంత నువ్వు చేస్తే శిక్ష ఎక్కువ పడుతుంది, సూర్య డబ్బు ఆశ చూపించి, నీతో చేయించాడు అని ఒప్పుకుంటే శిక్ష సగం తగ్గుతుంది అని చెప్పాడు. వెంటనే నా ఫోన్ లో సూర్య పంపిన నీ ఫోటోను డిలీట్ చేసి అడ్రస్ మాత్రమే ఉంచాను. ఆ పర్సులో ఉన్న ఫోటో చూపించి అది సూర్యనే ఇచ్చాడు అని చెప్పాను." అన్నాడు అరుణ్.

ఆ మాటలకు చంద్ర "అలా చేయడం నీకు తప్పు అనిపించలేదా" అని అడిగాడు.

"ఎందుకు అనిపించాలి, సూర్య నన్ను ఆ పనికి అక్కడికి పంపకపోతే నేను ఇప్పుడు ఇక్కడ మీ ముందు ఉండేవాడిని కాదు. హ్మ్మ్, అయినా తప్పొప్పులు మనం మాట్లాడుకోకూడదు, అయినా నేను ఏం చెబుతున్నాను మీరేం అడుగుతున్నారు? నేను వాడిని అప్పుడు చంపి ఉంటే! సంవత్సరం తరువాత నువ్వెలా చంపుతావు? ఒకవేళ వాడ్ని చంపింది నువ్వే అయితే మేము వాడిని చంపిన నేరానికి ఎనిమిదేళ్లుగా జైలు లో ఎందుకు మగ్గుతున్నట్టు?" అని ప్రశ్నించాడు అరుణ్.

ముగ్గురూ తలపట్టుకున్నారు ఈసారి. చిత్రసేన్ ఇంకా షాక్ లోనే ఉన్నాడు.

"నాకు ఇప్పుడిప్పుడే కళ్ళు తెరుచుకుంటున్నాయి. నేను ఆవేశంలో చేసిన పనికి ఇలా అయిపొయింది అనుకున్నాను ఇన్నాళ్ళు, కానీ కాదు. నేను చంద్రను చూస్తున్నంతసేపు కావాలనే నాకు అడ్డు వచ్చాడు. కావాలనే నాతో గొడవ పెట్టుకున్నాడు. సూర్య వేసిన ప్లాన్ ప్రకారం దరిదాపుల్లో పోలీసులు ఉండకూడదు, మరి వెంటనే ఎందుకు వచ్చారు? అంత గొడవ జరిగి నేను ఒకడిని పొడిచి, తనని పడేసి, నా దారిన నేను వెళుతుంటే, మీ పర్సు అని ఇచ్చే అంత ధైర్యం ఎవడికి ఉంటుంది? బాబోయ్...! నన్ను కావాలనే ఇరికించారు. వాడు చావలేదు. చచ్చినట్టు నటించాడు." అని అసహనంతో తన తల ఆ టేబుల్ కేసి కొట్టుకుంటున్నాడు అరుణ్.

వెంటనే చిత్రసేన్ షాక్ నుండి తేరుకొని, ఇక్కడేదో జరగబోయేలా ఉంది అని సిబ్బందితో కలిసి అరుణ్ ను తన రూమ్ కి లాక్కెళ్ళారు.

వెళ్ళే అంతసేపు "నన్నెవరో ఇరికించారు, వీళ్ళిద్దరే అయి ఉంటారు" అని అరుస్తున్నాడు అరుణ్.

సూర్య మరియు చంద్రలను కూడా వెంటనే తమ గదికి వెళ్ళిపొమ్మని చెప్పాడు చిత్రసేన్.

21. గతి తప్పిన సూర్యుడు

సూర్య, చంద్ర మరియు అరుణ్ గదులకు తాళాలు వేయించి చిత్రసేన్ హుటాహుటిన ద్రోణ ఆఫీసుకు వెళ్ళాడు. అక్కడ ద్రోణ లేడు, ఏవో మరమ్మత్తు పనులను పరిశీలించడానికి వెళ్ళాడు. ఉండబట్టుకోలేక వెంటనే సూర్య మరియు చంద్ర ఫైల్స్ తీసి క్షుణ్ణంగా పరిశీలించడం మొదలుపెట్టాడు.

సూర్య మరియు అరుణ్ హత్య చేసిన వాడి పేరు శ్యాం.

చంద్ర హత్య చేసిన వాడి పేరు సుందర్.

అరుణ్ ఫైల్ లో తనకు ఇచ్చిన పర్సులో ఉన్న ఫోటో యొక్క కాపీ ఉంది. ఆ ఫోటోను మరియు చంద్ర చంపిన సుందర్ ఫోటోను పోల్చుదామనుకున్నాడు చిత్రసేన్. చంద్ర ఫైల్ తీసి సుందర్ ఫోటో చూడగా అందులో మొహం అంతా రక్తం, కళ్ళకి భూతద్దాలు. ఫోటోలు కూడా చాలా కాలం క్రితంవి కావడంతో రెండు ఫోటోలలో ఉన్నది ఒకరేనా కాదా అని తేలడం లేదు.

అరుణ్ వాంగ్మూలంలో, అరుణ్ శ్యాంను చూడటం అదే మొదటిసారి. చంద్ర వాంగ్మూలంలో చంద్ర సుందర్ ను చూసింది రెండుసార్లు మాత్రమే.

శ్యాం హత్య కేసులో పోలీసులే సాక్షులు. సుందర్ విషయంలో పని వాళ్ళు సాక్షులు. వీరిద్దరూ హత్య చేసినది ఒక్కడినే అని రుజువు చేయడానికి అవకాశమే లేదు.

"అయితే అరుణ్ అబద్ధం చెప్పి ఉండాలి లేదా ఆ శ్యాం అలియాస్ సుందర్ బాగా తెలివిగా ప్లాన్ చేసి ఉండాలి" అనుకున్నాడు చిత్రసేన్.

సూర్య ఇంకా షాక్ లోనే ఉన్నాడు. చంద్ర కు ఏమి అర్థం కావడం లేదు.

"ఇద్దరం ఒక్కడినే చంపడం ఏమిటి? అవకాశమే లేదే..! అయినా ఇద్దరి పేర్లు వేరే కదా. పోలీసులు కోర్టులు అందరు శ్యాం హత్యను ధృవీకరించారు కదా"అని రకరకాల ప్రశ్నలు వేస్తున్నాడు చంద్ర.

సూర్య చంద్ర వైపు తిరిగి "చంద్ర ఒక్కసారి బాగా గుర్తు తెచ్చుకో నువ్వు ఆరోజు నజర్ దాబాలో ఎంత మందిని కలిసావు?" అని అడిగాడు.

"నాకు బాగా గురుతుంది సూర్య, అసలు ఆ దాబా ఉన్న సంగతి కూడా నాకు తెలీదు. అతనే నన్ను ఆ దాబాకు రమ్మని ముందు రోజు చెప్పాడు. అది నేను ఆఫీస్ లో ప్లానర్ లో రాసుకున్నాను కూడా. దాని ప్రకారమే మర్నాడు సాయంత్రం అతనిని కలవడానికి వెళ్లాను. అతను తెచ్చిన కేటలాగ్ చూపించాడు. నేను, వీక్షణ ఇచ్చిన రంగుల నెంబర్ లు అతనికి చెప్పాను. ఏమైనా తింటావా అని అడిగాను. ఇప్పటిదాకా సున్నం పని అయింది, మొహం నిండా సున్నం ఉంది, స్నానం చేసి కానీ ఏమీ తినలేను, తాగలేను అన్నాడు. దాబాలో అంతసేపు కూర్చొని ఏమీ

కొనకపోతే బాగుండదని నేనే ఒక టీ చెప్పాను. అది వచ్చేలోగా అతను వెళ్ళిపోయాడు. నేను టీ తాగేసి నా కార్ లో ఇంటికి వెళ్ళిపోయాను. అసలు ఆ రోజు నేను వెళ్ళిన తరువాత గొడవ జరిగిన విషయం కూడా నాకు తెలియదు" చెప్పాడు చంద్ర.

"వాడిని మళ్ళీ ఎప్పుడు కలిసావు?"

"ఇల్లు పెయింటింగ్ కు చాలా టైం ఉంది కాబట్టి దాదాపు ఒక అయిదు నెలల తరువాత వాడికి కాల్ చేసాను. వచ్చి, ఇంటిని చూసి పని మొదలుపెట్టుకుంటాను అని చెప్పాడు. వాళ్ళ మనుషులొచ్చారు, నేను ఇల్లు చూపించాను. ఇక అంతా వాళ్ళే చూసుకున్నారు. చివరకు గొడవ, చనిపోవడం, కేసు, నేను జైలుకు రావడం. ఇదీ జరిగింది" అని చెప్పాడు చంద్ర.

"దేవుడా" అని తల పట్టుకున్నాడు సూర్య.

"అరుణ్ ఇప్పుడు అబద్ధం ఎందుకు చెబుతాడు? నిజమే చెప్పి ఉంటాడు. అరుణ్ చంపిన వ్యక్తినే నువ్వు చంపి జైలుకు వస్తే, మరి ఇంత కాలం మేము జైలు శిక్ష ఎందుకు అనుభవించినట్టు?" అంటూ అసహనానికి గురయ్యాడు సూర్య.

"నువ్వు అరుణ్ ని, నన్ను హత్య చేయడానికి మాట్లాడావు అంటే వాడిది అంత మంచి గతం అయి ఉండదు. వాడి శత్రువులు ఎవరైనా కావాలని వాడిని ఇరికించినట్టున్నారు" అన్నాడు చంద్ర.

నిజమే అయిఉండొచ్చు అన్నట్టు తల ఊపాడు సూర్య.

ద్రోణ ఆఫీసుకు వచ్చాడు. అప్పటికే చిత్రసేన్ ముగ్గురి ఫైల్స్ ద్రోణ టేబుల్ మీద పెట్టి ద్రోణ కోసం ఎదురుచూస్తున్నాడు. ద్రోణకు చిత్రసేన్

అక్కడ ఎందుకున్నాడో అర్థం కాలేదు. పైగా తన అనుమతి లేకుండా ఖైదీల ఫైల్స్ ఎందుకు చూసాడు అని అనుకున్నాడు.

"ఏమైంది చిత్రసేన్" అడిగాడు ద్రోణ.

జరిగినదంతా పూసగుచ్చినట్టు ద్రోణకు వివరించాడు చిత్రసేన్. ఈ సారి ఆశ్చర్యపోవడం ద్రోణ వంతు అయింది.

22. ద్రోణ జోక్యం

మర్నాడు ముగ్గురిని పిలిపించాడు ద్రోణ. చంద్ర, సూర్య మరియు అరుణ్ వచ్చి ద్రోణ ఎదుట కూర్చున్నారు. అందరికి టీ తెమ్మని చిత్రసేన్ కు చెప్పాడు.

చిత్రసేన్ కు అక్కడ నుండి వెళ్ళడం ఇష్టం లేదు. వీళ్ళు చెప్పే ప్రతి మాట ఆసక్తిని పెంచుతుండడంతో కదలలేక కదలలేక, తప్పక హుటాహుటిన వెళ్ళి టీ చెప్పి వెంటనే వచ్చేసాడు.

ముగ్గురూ ఒకరి మొహాలు ఒకరు చూసుకుంటున్నారు. అరుణ్ సూర్య, చంద్రలను కోపంగా చూస్తున్నాడు. సూర్య మాత్రం అరుణ్ ఏదైనా సహాయం చేస్తాడేమో అని చూస్తున్నారు. అసలు ఇందులో ఎవరెవరికి ఏమేమి కావాలి అనేలా చూస్తున్నాడు ద్రోణ.

కథ కదలట్లేదని మళ్ళీ హుటాహుటిన వెళ్ళి టీ తెచ్చి ఇచ్చేసి, ఇక నా జోలికి రావద్దు అన్నట్టుగా మొహం పెట్టి, అక్కడే కూర్చున్నాడు చిత్రసేన్.

ద్రోణ అరుణ్ వైపు చూసి "నా ముందు నోరు విప్పితే నువ్వు సూర్యను అనవసరంగా ఇరికించిన విషయం బయటపడుతుంది అని భయపడుతున్నావా...?" అని సూర్య, చంద్ర ల వైపు ఒకసారి చూసి మళ్ళీ అరుణ్ తో, "అలాంటిదేమీ లేదు, నేను జైలరును మాత్రమే నీ కేసు తవ్వను" అన్నాడు.

ఆ మాటలకు అరుణ్ వెంటనే, "ఏముంది సార్ మీరు తవ్వడానికి కేసులో? అసలేం కేసు? నేను ఎవరినీ చంపలేదు, ఎవరినీ ఇరికించలేదు, వాడు చావనేలేదు. ఇంకేం తవ్వుతారు సార్ కేసు? వీళ్ళిద్దరూ కలిసి నన్ను ఇరికించారు. మా దందాలో అన్ని పనులూ చాలా పద్ధతిగా జరుగుతాయి, నమ్మకమయిన కస్టమర్ అయితేనే మేము పని చేస్తాం. ఒక రోజు మంచి కస్టమర్ అని సూర్య నెంబర్ వచ్చింది. కాల్ చేసాను, అన్ని వివరాలు కనుక్కొని డీల్ కి ఒప్పుకున్నాను. నాకిది అలవాటే, కాస్త టైం తీసుకొని ప్లాన్ చేసి పని పూర్తి చేస్తాను అని చెప్పాను."

అక్కడివరకు ప్రశాంతంగా చెప్పిన అరుణ్, సూర్య వైపు కోపం గా చూసి, "లేదు, ప్లానింగ్ అంతా పకడ్బందీగా చేసి ఉంది, నువ్వు కేవలం నేను పంపిన అడ్రస్ కు వెళ్ళి పని పూర్తి చేయి, అని చెప్పాడు సూర్య. సరే కదా అని అంతా సూర్య ప్లాన్ చేసిన ప్రకారమే చేసాను. సడన్ గా వాడెవడో చంద్ర పెయింటర్ అట, వాడొచ్చి నాతో కావాలని గొడవ మొదలుపెట్టాడు. నాతో పనిమాల తన్నించుకున్నాడు ! కాలి మీద ఒక్క పోటు వేసి, ఒక్క తన్ను తన్నగానే నేలకతుక్కున్నాడు బక్క ప్రాణి."

అంత చేసి ఇంత సింపుల్ గా చెప్తున్నాడేంటి అన్నట్టుగా ఉన్నాయి ద్రోణ మరియు చిత్రసేన్ మొహాలు. అటు ఇబ్బంది పడాలో ఇటు కోప్పడాలో తెలియదు అన్నట్టు ఉంది ద్రోణ పరిస్తితి.

అరుణ్ అక్కడితో చెప్పడం ఆపలేదు, "వాడు అలా నేలకతుక్కున్నాడో లేదో, ఇంక డ్రామా షురు. ఒకడొచ్చి పర్స్ ఇస్తాడు, ఒకడు నా లారీ ఆపుతాడు, ఒకడొచ్చి వాడు పోయాడు అని చెప్తాడు, నలుగురు వాడ్ని మోసుకెళతారు. ఇందులో నేను దాచేది ఏముంది?"

అరుణ్ ఆగి, సూర్య మరియు చంద్ర వైపు వేలుచుపించి, "వాడెవడో వీళ్ళకి తెలియదు అంటే నేను నమ్మాలా? వాడు చావలేదు", చంద్ర వైపు చూస్తూ, "పైగా ఆ తర్వాత వీడి దగ్గరే సంవత్సరం పనిచేసాడట! వీడి చేతుల్లో చచ్చాడట! చందమామ కథలు చెబుతున్నారు సార్ వీళ్ళిద్దరూ కలిసి"

అరుణ్ చెప్పినది పూర్తిగా విన్న ద్రోణ, "నీ లారీ టైర్ లాగా నీ బుద్ధి కూడా మందం అయిందా? వీళ్ళు నిన్ను ఇరికించినవాళ్ళే అయితే నీ కన్నా ఎక్కువ శిక్ష ఎందుకు అనుభవిస్తారు?" అన్నాడు.

"అది కూడా ఆలోచించాను సార్, వీళ్ళిద్దరూ నన్ను ఇరికించి మాయం అయిపోదాం అనుకొనుంటారు, ఏ ఇన్సూరెన్సు వాళ్ళనో బకరా చేద్దామనుకున్నారో ఏమో మరి మాయగాళ్ళు, చాలా చదివాను ఇలాంటి కథలు పేపర్ లో. నాకు ఆ నేలకతుక్కున్నోడి పర్సు దొరికి అందులో ఫోటో దొరికింది. అది సూర్య ఇచ్చాడు అని అబద్ధం చెప్పడంతో దొరికిపోయారు" అన్నాడు అరుణ్.

ద్రోణ తన ముందు ఉన్న ఫైల్ లో పేపర్ మీద ప్రింట్ అయి ఉన్న ఫోటోను తీసాడు. "ఇదేనా నీకు దొరికిన ఫోటో?" అని చూపించాడు అరుణ్ కి.

"అవును" అన్నాడు అరుణ్.

"మరి నువ్వు గొడవపడ్డ శ్యాం మొహం కూడా ఇదేనా?" అని గుచ్చి అడిగాడు ద్రోణ.

"ఏమో సార్ పెద్ద జుట్టు, నెత్తికి రుమాలు, సగం ముఖం గడ్డం ఉంటే మిగతా సగం సున్నం ఉంది. అసలు మొహం చూసే గ్యాప్ కూడా ఇయ్యలేదు వాడు, మీద మీదకొచ్చాడు" అన్నాడు అరుణ్.

ఫోటోను సూర్యకు చూపించాడు. "ఈ ఫోటోలో ఉన్నవాడు నీకు తెలుసా?" అని అడిగాడు.

అది చూసిన సూర్య, "అయ్యో సార్, నేను అప్పుడు కోర్ట్ లో చెప్పిందీ, ఇప్పుడు చెప్పేదీ ఒక్కటే. ఈ ఫోటోలో ఉన్నవాడ్ని నేనెప్పుడూ చూడలేదు" అన్నాడు సూర్య.

ఫోటోను చంద్రకు చూపించాడు ద్రోణ. వీడేనా "నీ చేతిలో చచ్చింది" అని అడిగాడు.

ఆ ఫోటో ను చుసిన చంద్ర, "గడ్డం సున్నం లేకుండా నేను కూడా ఎప్పుడూ వాడిని చూడలేదు. ఈ ఫోటోలో గడ్డం లేదు. మొహం చాలా క్లియర్ గా ఉంది, సుందరే అయి ఉండవచ్చు. సుందర్ కి భూతద్దాలు ఉండేవి. అరుణ్ చెప్పినట్టు పెద్ద జుట్టు, సగం మొహం గడ్డం, మిగతా సగం సున్నం" అన్నాడు.

కాసేపు ఆలోచించిన ద్రోణ, "అయితే అరుణ్ చెప్పినట్టు ముగ్గురు ఒకడ్ని హత్య చేసినందుకే జైలుకు వచ్చినట్టు ఉంది. అలాంటప్పుడు అరుణ్ కి మరియు సూర్యకి కేవలం హత్యా ప్రయత్నం కింద చాలా తక్కువ శిక్షతో అయిపోతుంది. ఈ పాటికి బయటకు కూడా వెళ్ళిపోయి ఉండేవాళ్ళు" అన్నాడు.

"అదే కదా సర్ నేను మొత్తుకునేది" అన్నాడు అరుణ్.

పక్కనుండి ఇదంతా వింటున్న చిత్రసేన్ కి మాత్రం ప్రతి మాటకి కుతూహలం పెరుగుతోంది, "కేవలం ఇద్దరు ఖైదీలను మాట్లాడుకునేలా చేస్తేనే ఇంత బయటికొచ్చిందంటే, జైలులో ఉన్న వాళ్ళందరికి ఒక సమావేశం పెట్టి మాట్లాడుకొమ్మంటే ఇంకెన్ని నిజాలు బయటపడతాయో ఏమో సార్" అన్నాడు.

"మనుషులు మనసువిప్పి మాట్లాడుకోరయ్యా...! అదే తప్పు చేసేవాడిలో ధైర్యం నింపుతుంది" అన్నాడు ద్రోణ.

ఇంకా ఫైల్స్ ముందేసుకొని కూర్చోవడం వల్ల లాభం లేదని, అరుణ్ ఫైల్ లో చివరి పేజి తిప్పుతుండగా ఆగి దానిని గమనించాడు. అది అరుణ్ హత్య చేసిన శ్యాం పోస్టుమార్టం రిపోర్టు. ఒక్కసారిగా అరుణ్ వైపు చూసి, "సరిగ్గా గుర్తు తెచ్చుకొని చెప్పు, శ్యాంను ఎలా చంపావు" అని అడిగాడు.

"ఇదేంటి సార్ ఇప్పటిదాకా నేను చెవిటివాడి చెవిలో శంఖం ఊదానా?" అన్నాడు అరుణ్.

"అడిగిన దానికి సమాధానం చెప్పు. ఎలా చంపావు?"

"నేను చంపలేదు సార్, ఇదిగో వీడు చంపాడు" అని చంద్ర వైపు చేయి చూపించాడు అరుణ్.

"అబ్బా అది కాదు రా. వాడు పోయాడు అని అనుకునే ముందు ఎన్ని దెబ్బలు కొట్టావ్? ఎక్కడెక్కడ కొట్టావ్? సరిగ్గా చెప్పు" అని అడిగాడు ద్రోణ.

"అన్ని దెబ్బలు ఏమి లేవు సార్, బాగా విసిగిస్తున్నాడు అని చెంప చెళ్ళు మనిపించాను, తర్వాత నా లారీ అద్దం పగలగొట్టాడు. కోపంతో ఆ అద్దం ముక్కతో గట్టిగా పొడుద్దాము అనుకున్నాను, వాడు తప్పించుకున్నాడు. కాలికి దిగింది. కదలలేక కింద పడ్డాడు. ఒక్క తన్ను తన్నాను, నేలకతుక్కున్నాడు బిడ్డ. అబ్బబ్బ ఏమి నటించాడు సార్ వాడు" అన్నాడు అరుణ్.

"అసలు అది నీ లారీ అని వాడికెలా తెలుసు? సరిగ్గా నీ లారీ అద్దాన్నే ఎలా పగులగొట్టాడు? నువ్వు చెప్పినదాని ప్రకారం, లారీని మధ్యాహ్నమే అక్కడ పార్క్ చేసి సాయంత్రం మళ్ళీ వచ్చావు నువ్వు" అని అడిగాడు ద్రోణ.

అందరు ఒకరి మొఖం ఒకరు చూసుకున్నారు. ఆ లారీ అరుణ్ దే అని వాడికి తెలిసే అవకాశం లేదు. ఎవరో ఖచ్చితంగా పథకం ప్రకారం ఇరికించారా అనే అనుమానం మొదలయింది అందరిలో.

"నువ్వు వాడిని అద్దం ముక్కతో పొడిచినప్పుడు రక్తం వచ్చిందా?" అని అడిగాడు ద్రోణ.

"కాలు కోసుకుపోయింది సార్, మనిషి అనే వాడికి ఎవరికైనా వచ్చేది రక్తమేగా" వెటకరించాడు అరుణ్.

"ఇంకొక్కసారి తిక్కగా సమాధానం చెప్పాడంటే మూడు రోజులు తిండి పెట్టకండి" అని చిత్రసేన్ తో అన్నాడు ద్రోణ.

అరుణ్ కాస్త బెదురుకొని, "ఆ వచ్చింది సార్, వాడి ప్యాంటు అంతా రక్తంలో తడిసిపోయింది" అన్నాడు అరుణ్.

అప్పటివరకు తన చేతిలోనే పట్టుకొని ఉన్న శ్యాం ఫోటోను విసిరి బల్ల మీద కొట్టిన ద్రోణ "అసలు ఈ ఫోటో లో ఉన్నవాడితో కాదు నువ్వు గొడవపడింది" అన్నాడు.

"సార్" అని రీసౌండ్ వచ్చేలా అరిచాడు చిత్రసేన్.

"చూడవయ్యా, ఈ పోస్టుమార్టం రిపోర్టు చూడు, వంటి మీద దెబ్బలు లేవు, కేవలం గుండె మీద గట్టిగా తన్నడం వల్ల చచ్చాడు, అని రాసి ఉంది" అన్న ద్రోణ, "నా అనుమానం నిజమయితే, ఒక శవాన్ని తీసుకొచ్చి వాడి ఫోటోను నీకు పర్సులో పెట్టి ఇచ్చి ఉంటారు. నువ్వేమో ఆ ఫోటో వాడిదే అనుకొని, నీ శిక్ష తగ్గించుకోవడానికి అది సూర్య ఇచ్చాడు అని చెప్పావు. అదే శవానికి పోస్టుమార్టం చేసారు. రిపోర్టు నీకు వ్యతిరేకంగా ఇచ్చారు. నువ్వు ఎలాగో అలా సూర్యను ఇరికిద్దాం అనే ఆవేశంలో ఆ ఫోటోలో ఉన్నవాడితోనే గొడవపడ్డావా..? లేదా..? అని కూడా ఆలోచించలేదు" అన్నాడు ద్రోణ.

అరుణ్ నిర్ఘాంతపోయాడు. ఒక్క సారి ఆ రోజు జరిగినవన్నీ క్రమం లో గుర్తుతెచ్చుకునే ప్రయత్నం చేసాడు. తల పైకెత్తి పైకప్పును చుస్తూ గుర్తుతెచ్చుకుంటూ ద్రోణ చెప్పేది వింటున్నాడు.

"నిన్ను కావాలని రెచ్చగొట్టాడు, నీ లారీ ఏదో ముందే తెలుసు కాబట్టి దాని అద్దం పగలగొట్టి నీతో తన్నించుకున్నాడు. గుంపు వచ్చి మూగేసరికి నువ్వు లారీ ఎక్కి చంద్రను వెంటాడుదాం అనుకునేటప్పుడు ఒక పర్సు ఇచ్చారు. దెబ్బకి నువ్వు జైలులో కూర్చున్నావు" అన్నాడు ద్రోణ.

"నా లాంటి ఒక లారీ డ్రైవరు కోసం ఇంత పెద్ద స్కెచ్ ఏ దిక్కుమాలినోడు వేస్తాడు సార్" అన్నాడు అరుణ్.

"అక్కడే పప్పులో కాలేసావు. స్కెచ్ వేసింది నిన్ను ఇరికించడానికి కాదు, సూర్యను ఇరికించడానికి" ద్రోణ.

సూర్యకి ఏమీ అర్థం కాలేదు. అరుణ్ కూడా అవాక్కయ్యాడు. చిత్రసేన్ పరిస్థితి ఇంక చెప్పనక్కర్లేదు, అగాధం లో ఏదో వెతుక్కుంటున్నట్టు పెట్టాడు మొహం. అసలు అక్కడ వాళ్ళు మాట్లాడుకునే సంఘటన గురించి అస్సలు సంబంధం లేని చంద్ర, అలా వింటూ మాట్లాడేవాళ్ళను చుస్తూ కూర్చున్నాడు.

ద్రోణ మెల్లగా చంద్ర వైపు చూసి, "చెప్పు చంద్ర ఎందుకు ఇరికించావు సూర్యని" అని అడిగాడు.

ఉలిక్కిపడిన చిత్రసేన్ కు గుండె ఆగినంత పనైంది. సూర్య ప్రశ్నార్థకంగా మొహం పెట్టాడు. అరుణ్ కళ్ళు పెద్దవి చేసి చంద్ర వైపు తిరిగాడు. చంద్ర కి ఆ ప్రశ్న తననే అడుగుతున్నాడు అని తెలుసుకొని తేరుకోవడానికి కాస్త సమయం పట్టింది.

"నీ పనా బాసూ ఇదంతా" అన్నాడు అరుణ్.

చంద్ర కి ఏమనాలో అర్థం కాలేదు. అందరిని ఒక్కొక్కరిగా చూసాడు. అందరు చంద్ర వైపే చూస్తున్నారు. బయట వెలుతురు ఉన్నా, లోపల ఒక్కసారిగా చీకటికమ్మిందా అన్నట్టయింది తనకి. చాలా భారం గా, "ఇదేంటి సార్, నేనే పూనుకొని అరుణ్ తో మాట్లాడి, సూర్యను ఎలాగైనా జైలు విముక్తుడిని చేయాలి అని ఇక్కడదాక తీసుకొస్తే, మీరు నన్ను అనుమానిస్తున్నారా?" అని అడిగాడు.

సూర్య మౌనం గా, అరుణ్ కోపం గా ఉన్నారు. చిత్రసేన్ ఒక మూల కూర్చొని ఏదో సినిమా చూస్తున్నట్టు చూస్తున్నాడు.

"మరేం చేయమంటావు చంద్ర, సూర్యను ఇరికించవలసిన అవసరం ఎవరికుంటుంది నీకు తప్ప? అరుణ్, సూర్య నిన్ను చంపడానికి చూస్తున్నారు అని నీకు ముందుగానే తెలిసి ఉండొచ్చు, అందుకే ఒకే దెబ్బకు రెండు పిట్టలు అన్నట్టు నువ్వు తప్పించుకొని వాళ్ళిద్దరినీ ఇరికించి ఉంటావు. ఆ శ్యాం నిన్ను బ్లాక్ మెయిల్ చేస్తున్నాడు అని వాడిని కూడా చంపి ఉంటావు" అన్నాడు ద్రోణ.

"వామ్మో...!" చిత్రసేన్ గుండెలమీద చెయ్యి వేసుకున్నాడు.

కోపం ఆపుకోలేక కొట్టడానికి చంద్ర మీదకొచ్చాడు అరుణ్. సూర్య మాత్రం ఉలుకు పలుకు లేకుండా కూర్చున్నాడు. ద్రోణ, చిత్రసేన్ కలిసి అరుణ్ ను ఆపారు.

గొడవ పెద్దదయ్యేలా ఉందని, వెంటనే వాళ్ళని గదులకు పంపేసారు. కాని ఈ సారి చంద్రకు తన పాత గది ఇచ్చి, సూర్యను సూర్య గదికి పంపారు. చంద్ర పాత గదిలో మరమ్మత్తులు పూర్తయ్యాయి, ఇప్పుడు అందులో ఉండటానికి ఇబ్బంది లేదు.

ముగ్గురినీ మూడు వేరు వేరు గదులలో తాళం వేసిన చిత్రసేన్ ఆఫీసుకి తిరిగివచ్చేసరికి యధావిధిగా ద్రోణ భరద్వాజ్ ఫోటో దగ్గర నిలుచుని ఉన్నాడు.

"ఈయన ఫోటో దగ్గరికెళ్లాడంటే ఇక మనతో మాట్లాడడు" అని మనసులో అనుకున్న చిత్రసేన్ బయటకు వెళ్ళి తన కుర్చీలో కూర్చున్నాడు.

23. పశ్చాత్తాపం

మళ్ళీ సూర్య చంద్రుల మధ్య నిశ్శబ్దం అలుముకుంది. శూన్యంలో ధ్వనికి అవకాశం లేకపోయినా ద్రోణ ఏర్పరిచిన వారధి సాయంతో శబ్దం మ్రోగింది. ఇప్పుడు ద్రోణ తన చేతులతోనే కూల్చేశాడు ఆ వారధిని. ఈ అరుణోదయంతో సుర్యచంద్ర కాంతి అస్తమించింది.

ద్రోణ వ్యక్తిగత కారణం మీద సెలవు పెట్టి వెళ్ళాడు. రోజులు గడుస్తున్నాయి, సూర్య చంద్రులు ఒకరినొకరు చూసుకోవడమే కాని మాటలు లేవు. అరుణ్ మాత్రం వీరిద్దరిని కోపంగానే చూస్తున్నాడు.

జరిగినది ఇదీ, అని చెప్పుకొని నిరూపించుకోవడానికి ఎవరి దగ్గరా సాక్ష్యాలు లేవు. ఘటన జరిగి దాదాపు తొమ్మిది సంవత్సరాలు కావస్తోంది. వీళ్ళకి బయట ప్రపంచం తెలీదు. కేసును తిరిగి తోడాలంటే బలమైన కారణాలు కావాలి. అరుణ్ కోర్టులో నిజం ఒప్పుకునే అవకాశం కూడా కనపడటం లేదు.

ఒక రోజు అందరూ పనులు పూర్తి చేసుకొని చేతులు, కాళ్ళు శుభ్రం చేసుకునే చోట సూర్యను చూసాడు చంద్ర. ఇద్దరూ ఒక చోట ఉండడం తో చిత్రసేన్ కూడా ఒక కన్నేసి ఉంచాల్సి వచ్చింది.

చంద్ర ధైర్య చేసి "నన్ను నమ్ము సూర్య, నాకూ ఆ రోజు జరిగినదానికీ..." అని చెప్పబోయేలోపు సూర్య ఆపేసాడు.

చంద్ర మాట పూర్తిచేయకముందే సూర్య "నేను నిన్ను చంపుదాం అనుకున్నాను చంద్రా, అది నీకు చెప్పాను, అయినా నువ్వు నన్ను ఏమీ అనలేదు, నాకు నీ మీద కోపం లేదు చంద్ర, అలాగని నీమీద అనుమానం కూడా లేదు. ఇన్ని సంవత్సరాలు జైలు లో జీవచ్ఛవం లా బ్రతికాను, నువ్వు వచ్చి నాలోని బరువు దించేసావు. ఇప్పుడు నాకు జైలునుండి బయటపడ్డాక జీవితం ఉంది అనే ఆశ మొదలయింది" అన్నాడు.

అది విని చంద్ర మనసు కాస్త తెలికపడ్డట్టు కనిపించింది. మాటలు వెతుక్కునే లోపే సూర్య కొనసాగించాడు, "ఇక ఆ రోజు జరిగిన దానిగురించి మనం అందరం ఒక్కొక్క కోణం నుండి ఒక్కొక్క రకంగా అనుకుంటూ ఉంటే...! ఏది నిజమో? ఏది అబద్దమో? చూసినది జరిగిందా? లేక జరిగినదే చూసామా? మనం నిజాన్నే నమ్ముతామా? లేక మనం నమ్మినది నిజమవుతుందా? కనపడేది ఒకటి, జరిగేది ఒకటి, వినపడేది ఒకటి, అనిపించేది ఒకటి, వీటిల్లో ఏ ఒక్కటీ నమ్మేలా లేవు" అని అంటూ వెళ్ళిపోయాడు సూర్య.

ఇదంతా చూసి ఆశ్చర్య పోవడం మాత్రమే పని అయ్యింది చిత్రసేన్ కి. "నిన్నే చంపే ప్లాన్ వేస్తే తప్పించుకున్నావ్ అని మొహం మీద చెప్పినా చీమకుట్టినంత కూడా పట్టించుకోలేదు చంద్ర. ఇప్పుడు చంద్ర కావాలని సూర్య ను ఇరికించిఉండవచ్చు అని ద్రోణ సార్ వివరంగా

చెప్పినా సూర్య కు దోమకుట్టినట్టు కూడా లేదా? పైగా ఒక్క ముక్క అర్థం కాకుండా వేదాంతం చెప్పాడు. జైలు శిక్ష ఒక మనిషిలో ఇంత సహనం నింపుతుందా...!" అనుకున్నాడు చిత్రసేన్.

సెలవు పూర్తి చేసుకొని ద్రోణ వచ్చీ రావడంతోనే "చిత్రా ఆ సూర్య, చంద్ర, అరుణ్ ని పిలుచుకురా, వీళ్ళేమైనా గొడవ చేసారా నేను లేనప్పుడు?" అని చిత్రసేన్ ను అడిగాడు.

"లేదు సార్, మీరు చెప్పినట్టే వీళ్ళ ముగ్గురిమీదా కన్నేసి ఉంచాను. గొడవేమి జరగలేదు" అని బదులిచ్చి వెళ్ళాడు.

ముగ్గురూ వచ్చి ద్రోణ ముందు కూర్చున్నారు. చిత్రసేన్ వారి వెనుకే నిలుచున్నాడు.

"నేను సెలవు పెట్టింది మీ పని మీదే" అని ఆ ముగ్గురిని చూసి చెప్పిన ద్రోణ, అరుణ్ వైపు చూసి, తను ఆ రోజుల్లో చేసినది చెప్పడం మొదలుపెట్టాడు, "నజర్ దాబా దగ్గరకు వెళ్లాను. కాని అక్కడ దాబా లేదు. అక్రమంగా మద్యం అమ్ముతున్నారని ఆ దాబాను మూసేసి నాలుగు సంవత్సరాలు అయింది. కాబట్టి అక్కడ నువ్వు పొడిచావా లేదా, తన్నావా అనే విషయానికి సాక్ష్యం దొరికే అవకాశమే లేదు, నువ్వు తన్నిన వ్యక్తి, పోస్టుమార్టం చేసిన వ్యక్తి ఒక్కడే అని నువ్వు నీ నోటితోనే ఫోటో ను చూసి జడ్జి ముందు ఒప్పుకున్నావు కాబట్టి ఇప్పుడు అదంతా అబద్ధం అంటే కుదరదుగా" అన్నాడు.

"ఇకపోతే చంద్ర", అని చంద్ర వైపు తిరిగాడు ద్రోణ.

"సర్, నిజంగా నాకేమీ తెలియదు సర్. నాకూ ఆ రోజు జరిగిన ఘటనకు ఏమాత్రం సంబంధం లేదు" అన్నాడు చంద్ర.

"ఆపవయ్యా కబుర్లు, చెసిందంతా చేసి ఇప్పుడు నంగి మాటలు మాట్లాడతావ్" అన్నాడు అరుణ్.

అరుణ్ ని ఆగమన్నట్టుగా చేయిచుపించాడు ద్రోణ. అరుణ్ అయిష్టంగానే ఆగాడు.

ద్రోణ చంద్ర వైపు తిరిగి, "నన్ను క్షమించు చంద్ర, ఇందులో నీ తప్పేమీ లేదు, నేనే నిన్ను అనవసరంగా అనుమానించాను" అన్నాడు.

"అదేంటి సార్, ఇప్పుడు అలా అంటారు, వాడు కాదని మీరెలా చెప్పగలరు?" అని అడిగాడు అరుణ్.

"ఎందుకంటే ఆ శ్యాం అలియాస్ సుందర్ అనే వాడు ఇంకా బ్రతికే ఉన్నాడు కాబట్టి" అన్నాడు ద్రోణ.

"సార్ నేను డ్యూటీ లో ఉన్నప్పుడే గుండెపోటు వచ్చి పోతానేమో, ఇంత షాకుల మీద షాకులు సినిమాలలో చూడడమే" అని అరిచాడు చిత్రసేన్.

"వీళ్ళిద్దరే కాదు చంద్ర, నువ్వు కూడా ఏ హత్యా చేయలేదు, అయినా ఇన్ని సంవత్సరాలు జైలులో శిక్ష అనుభావిస్తున్నావు" అని చంద్రతో అన్నాడు ద్రోణ.

ఈ సారి చంద్ర ముఖ కవళికలు పూర్తిగా మారిపోయాయి. ఒక్క సారిగా తన భార్యా, కూతురు గుర్తొచ్చారు. వెన్నెలను ఇలా పెంచుదాము, అలా పెంచుదాము అని చంద్ర మరియు వీక్షణ మాట్లాడుకున్న మాటలు గుర్తుకొచ్చాయి, పాప పుట్టినప్పుడు తను లేడు, లేచి నడిచినప్పుడు తను లేడు అని గుర్తుకువచ్చింది. జైలు జీవితం కళ్ళముందు తిరిగింది. నోట

మాట లేదు, ముఖాన కదలిక లేదు కానీ కళ్ళలోనుండి బొటబొటా నీళ్ళు కారుతున్నాయి. దీనం గా ద్రోణ నే చూస్తూ కూర్చున్నాడు.

24. సుందర పన్నాగం

సెలవు పెట్టి, ముందు నజర్ దాబాకు వెళ్ళిన ద్రోణ అక్కడ కేసుకు సంబంధించి ఎటువంటి ఆనవాళ్ళు మిగలకపోయేసరికి పెయింటర్ సుందర్ సంగతి తెలుసుకుందాం అని వెళ్లాడు. ఆ విషయం వివరం గా వివరించడం మొదలుపెట్టాడు.

చిత్రసేన్, సూర్య, అరుణ్ శ్రద్ధగా వింటున్నారు. చంద్ర ఇంకా కోలుకోలేదు. చంద్ర చేయి పట్టుకున్న ద్రోణ, బాధపడవద్దని, తనకు సాధ్యమయినంత సాయం చేస్తానని భరోసా ఇచ్చాడు.

"అసలు నువ్వు సుందర్ ని ఎలా కలిసానని అనుకుంటున్నావు" అని చంద్రను అడిగాడు ద్రోణ.

అతి కష్టం మీద మాట్లాడడం మొదలుపెట్టిన చంద్ర, "ఇంటి నిర్మాణం మొదలయింది. వీక్షణ చాలా ఉత్సాహంగా ఇంటి రంగులు చాలా బాగా రావాలి, త్వరగా పెయింటర్ ను మాట్లాడి ఈ రంగులు ఎక్కడ దొరికినా ముందే స్టాక్ తెప్పించి పెట్టమని, తరువాత దొరకకపోతే ఇబ్బంది

పడతామని చెప్పింది. అంత త్వరగా రంగులు మాట్లాడటం అవసరం లేదు, కాని వీక్షణ చాలా కాలం తరువాత ఇంత శ్రద్ధతో, ఉత్సాహంతో ఉండేసరికి తన కోసం పెయింటర్ ను కలిసాను. మా ఇల్లు కట్టించే బిల్డర్ సుందర్ కాంటాక్ట్ ఇచ్చాడు" అని చెప్పాడు.

అసలు జరిగిందేంటో వివరించాడు ద్రోణ, "నువ్వు ఇల్లు కట్టాలని నిర్ణయించుకున్నప్పుడే సుందర్ నిన్ను పట్టుకున్నాడు. సాధ్యమైనన్ని విధాలా నీకు దగ్గరవ్వటానికి ప్రయత్నించాడు. బిల్డర్ లా వచ్చి కాంట్రాక్టు తీసుకుందాం అనుకున్నాడు, కాని నువ్వు మీ మామగారు చెప్పిన బిల్డర్ ను మాట్లాడుకున్నావు. టైల్స్ కోసం నీ దగ్గరకు రావాలనుకున్నాడు, కాని నువ్వు ఆ బాధ్యతను కూడా మీ బిల్డర్ కే ఇచ్చావు. కార్పెంటర్ లా వద్దామనుకున్నాడు నీ ఇంటి వుడ్ వర్క్ చేయించటానికి, కాని ఆ పనిని మీరు గృహప్రవేశంకి వెళ్ళిన ఇంట్లో చేసినవాడికే ఇచ్చావు. ఫాల్స్ సీలింగ్ కి వద్దామనుకున్నాడు, నీ ఆఫీస్ లో అడిగి తెలిసినవాడికి ఇచ్చావు."

అవును అన్నట్టుగా తల ఊపుతున్నాడు చంద్ర.

"పెయింటర్ కావాలని నువ్వు బిల్డర్ ను అడిగావు. అప్పటికి ఆ బిల్డర్ వద్ద ఉన్న పెయింటర్ వేరే ఇళ్ళల్లో ఉండి దొరకలేదు. సుందర్ ఆ బిల్డర్ ను వదలలేదు. ఎలాగో అలా బ్రతిమిలాడో బామాలో కమిషన్ ఇస్తాననో మొత్తానికి పెయింటింగ్ పనులకు అతని పేరు నీకు ఇచ్చేలా చేసుకున్నాడు. అప్పుడు నువ్వు వాడికి ఫోన్ చేసి మాట్లాడావు. వెంటనే నువ్వు చెప్పిన డబ్బుకే చేస్తానని ఒప్పుకున్నాడు సుందర్. కనీసం బేరమాడలేదు" అని చెప్పుకొచ్చాడు ద్రోణ.

ద్రోణ చెబుతుంటే జరిగినదంతా గుర్తు తెచ్చుకుంటున్నాడు చంద్ర. తను ఇల్లు కట్టుకోవడం మొదలుపెట్టిన దగ్గర నుండి చాలా

నంబరుల నుండి ఫోన్లు వచ్చేవి. తక్కువ డబ్బుకే పనులు చేసిపెడతాము అని అడిగేవారు. చంద్ర మాత్రం తెలిసిన వాళ్ళకే ఇంటి పని ఇవ్వాలి అని నిర్ణయించుకున్నాడు.

ద్రోణ కొనసాగించాడు– "నీ ఫైల్ లో ఉన్న వివరాలతో అసలు సుందర్ అనే పెయింటర్ గురించి తెలుసుకుందాం అని నాకు తెలిసిన పోలీసుల సహాయం తీసుకొని ఆరా తీశాను. బిల్డర్ ను అడిగితే సుందర్ ఇచ్చిన కమిషన్ గురించి చెప్పాడు. వెతగ్గా వెతగ్గా ఒక్కడు దొరికాడు, నీ ఇంటికి సున్నాలు వేసినవాళ్ళలో ఒకడు. మిగతావాళ్ళు ఎక్కడున్నారో కూడా ఆచూకీ లేదు. ఆ దొరికిన వాడి పేరు విరూప్. ఇప్పుడు 30సంవత్సరాలు ఉంటాయి అంటే మీ ఇంటికి పని చేసినప్పుడు ఒక 22 –23ఏళ్ళ వయసు ఉండవచ్చు. ఆ విరూప్ చెప్పిన దాని ప్రకారం, సుందర్ ఇంటి కట్టడం కి సంబంధించిన పని చేసే వాళ్ళందరిని ఉద్యోగం లోకి తీసుకొని మంచి జీతాలు ఇచ్చేవాడు. ఎలాగైనా నీ ఇంటి కాంట్రాక్టు రావాలి అని చాలా కష్టపడ్డాడు సుందర్. ఎన్నో ప్రయత్నాలు చేయగా, చివరకు పెయింటింగ్ పనులు వచ్చాయి. రాగానే మిగతా పనులు చేసేవాళ్ళని ఉద్యోగం నుండి తీసేసాడు. పెయింటింగ్ పనులు వచ్చినవాళ్ళు మాత్రమే మిగిలారు. విరూప్ పని గోడలకి పుట్టి పెట్టడం. సుందర్ చనిపోయే పది రోజుల ముందే తన పని పూర్తి అవ్వడం తో విరూప్ కు డబ్బులు ఇచ్చేసి పంపించేసాడు. విరూప్ కి సుందర్ చనిపోయిన విషయం మూడు సంవత్సరాల తరువాత తెలిసింది." అన్నాడు ద్రోణ.

"మరి సుందర్ బ్రతికే ఉన్నాడు అని ఎలా తెలిసింది సార్" అని ఆపుకోలేక అడిగాడు చిత్రసేన్.

ద్రోణ జరిగినది వివరంగా చెప్పాడు. సుందర్ గురించి ఏ చిన్న విషయం గురుతువచ్చినా ఫోన్ చేసి చెప్పమని విరూప్ ని అడిగాడు ద్రోణ.

చేతిలో డబ్బు పెట్టేదాకా నసిగిన విరూప్ చివరికి నోరు విప్పాడు, "సుందర్ సార్ నాకు డబ్బు సెటిల్ చేసి పంపేసిన తరువాత మా ఊరికి వెళ్ళిపోయాను, మూడేళ్ళ దాకా ఏ పనీ దొరకలేదు. కాళ్ళు, గడ్డం పట్టుకొని ఏదో ఒక లాగా సుందర్ సార్ నే ఉద్యోగం అడుగుదాం అని తిరిగివచ్చేసరికి, ఆయన చనిపోయారు అని తెలిసింది.చేసేదేమీ లేక, తిరిగి ఊరికి వెళ్ళిపోదాము అని బస్సు స్టాండ్ కు వెళ్లాను కానీ నా దగ్గర బస్సుకు కూడా డబ్బులు లేవు. ఎలాగయినా సుందర్ సార్ సాయం చేస్తారు అనే గుడ్డి నమ్మకం తో వచ్చేసాను కదా ఊరు నుండి. ఆ బస్సు స్టాండ్ లోనే వచ్చిపోయేవాళ్ళ దగ్గర టికెట్ కు అవసరమయిన డబ్బులు అడుక్కుంటున్నాను. ఒకతను డబ్బులివ్వకుండా వెళ్ళిపోయి వెనక్కు తిరిగివచ్చి కావలిసిన దానికన్నా ఎక్కువే ఇచ్చి వెళ్ళిపోయాడు. తల దించుకుని ఉన్న నేను ఆ కాలు చూసి, తల పైకెత్తి చూడగా అది మరెవరో కాదు, సుందర్ సారే" అని చెప్పాడు విరూప్.

ద్రోణ ఇలా చెప్పగానే అందరూ ద్రోణా వైపు కళ్ళార్పకుండా చూస్తున్నారు. "కాని సుందర్ మాత్రం విరూప్ ను గుర్తు పట్టలేదట. విరూప్ గుర్తుతెచ్చే ప్రయత్నం చేసి, ఏదైనా పని ఉంటే ఇప్పించమని ప్రాధేయపడినా పట్టించుకోనట్టు వెళ్ళిపోయాడట" అన్నాడు ద్రోణ.

"వాడు సుందర్ అయ్యి ఉండకపోవచ్చు కదా సార్, విరూప్ పొరపాటు పడి ఉండవచ్చు కదా?" ఆపుకోలేక అడిగేసాడు చిత్రసేన్.

"అదే విషయం అడిగానయ్యా, అందుకు అతను ఖచ్చితంగా అది సుందరేనని చెప్పాడు. విరూప్ సుందర్ వద్ద ఉద్యోగంలో చేరిన కొత్తల్లో ఒక రోజు సుందర్ ఆఫీసుకు కాలికి పెద్ద దెబ్బతో వచ్చాడు. కాలి నిండా రక్తం, ఏమైంది అని విరూప్ అడగగా బండి మీద వస్తుండగా యాక్సిడెంట్ అయింది అని చెప్పాడట. ఎడమ కాలి మోకాలి క్రింద కోసుకు పోయింది."

అది విన్న అరుణ్ ఒక్కసారి తల ఎత్తి ద్రోణ ను చూసాడు. అది అరుణ్ చేసిన గాయమే...!

"ఆ గాయం తో వచ్చినప్పుడు విరూప్ మాత్రమే ఆఫీసులో ఉన్నాడు. హాస్పిటల్ కి ఫోన్ చేస్తాను అంటే వద్దు అని ఫస్ట్ ఎయిడ్ చేయమన్నాడు సుందర్. విరూప్ సుందర్ చెప్పినట్టే కాలికి కట్టుకట్టాడు. సొంత వైద్యం చేసుకోవడం వల్ల కొన్ని రోజులకు దెబ్బ తగ్గిపోయినా మచ్చ మాత్రం ప్రస్ఫుటం గా కనపడుతుంది. సుందర్ ను విరూప్ బస్సుస్టాండ్ లో చూసినప్పుడు సుందర్ ప్యాంటులో లేడు, నిక్కరులో ఉన్నాడు. తను కట్టు కట్టిన మచ్చను మాత్రం మరిచిపోలేడు కదా" అన్నాడు ద్రోణ.

వెంటనే అరుణ్, "మరి వాడిని తెచ్చి నిజం చెప్పిస్తే మేము ముగ్గురం బయట పడచ్చు కదా సర్?"

"నువ్వు అనుకున్నంత తేలిక కాదు అరుణ్, చాలా పకడ్బందీ గా చేసాడు సుందర్. హత్య జరిగినప్పుడు విరూప్ అక్కడ లేడు.విరూప్ సుందర్ ను చూసాను అని చెప్పినదాంట్లో సాక్ష్యం లేదు. ఒక్క విరూప్ ను పట్టుకొని సుందర్ బ్రతికే ఉన్నాడు అనేది నిరూపించలేము" అన్నాడు ద్రోణ.

"అసలు వాడికి చంద్ర ఇల్లు కదుతున్న విషయం ఎలా తెలిసిందో ఏమో, నా చావుకొచ్చింది" అన్నాడు అరుణ్.

"చంద్ర ఆ రోజు నజర్ దాబాలో పెయింటర్ ను కలుస్తున్నాడు అని సూర్య లాంటి వాడికే తెలిసినప్పుడు, అంత ప్లానింగ్ చేసేవాడికి చంద్ర ఏమి చేస్తున్నాడో కనుక్కోవడం కష్టం కాదు" అర్థం అయ్యేలా చెప్పాడు ద్రోణ.

"అవునూ, ఆ రోజు నజర్ దాబా సంగతి నీకు ఎలా తెలిసింది భయ్యా?" అని సూర్య ను అడిగాడు అరుణ్.

సూర్య కాస్త ఇబ్బంది పడుతూనే సమాధానం చెప్పాడు. చంద్ర పని చేసే ఆఫీసులో తనకు తెలిసిన మనిషి ఉన్నాడని, చంద్ర ఏ పని చేసినా తన దగ్గర ఉన్న ఒక తెల్లటి బోర్డు మీద రాసుకుంటాడని అక్కడ రాసుకోవడం వల్లే ఆ రోజు సాయంత్రం నజర్ దాబాకి వెళ్ళనున్నట్టు తెలిసిందని చెప్పాడు.

"ఊళ్ళోవాళ్ళందరికీ కనపడేట్టు రాసుకునే అలవాటేంటి భయ్యా నీకు!" అని చంద్ర ను చూసి అన్నాడు అరుణ్.

"ఇప్పుడు మనం ఏమి చేయగలము సార్, మన చేతుల్లో ఏమైనా ఉందా?" అని నిర్వేదంలో అడిగాడు చంద్ర.

"అసలు వాడు ఇదంతా ఎందుకు చేసాడో మనం కనిపెట్టగలిగితే వాడిని పట్టుకునే అవకాశం ఉండవచ్చు చంద్ర," చెప్పాడు ద్రోణ.

"అదెలా సర్?" అడిగాడు సూర్య.

"అసలు వాడు ఇంత పెద్ద ప్లాన్ వేసి మరీ మీ ఇద్దరినీ ఇరికించాడు అంటే ఖచ్చితం గా మీరిద్దరూ వాడిని ఏదో ఒకటి చేసి ఉండాలి. అలాంటి పని మీరేం చేసారో కనుక్కునే ప్రయత్నం చేయాలి" అన్నాడు ద్రోణ.

"అవకాశమే కనపడటం లేదు సార్" ఆలోచిస్తూ చంద్ర.

"బాధలో ఉన్నావు చంద్ర, ఇప్పుడు నీకేమీ తట్టదులేకానీ వెళ్ళండి, ఎవరి గదికి వాళ్ళు వెళ్ళి ఆలోచించండి. ఏదైనా అనుమానాస్పద ఘటనలు

కానీ, వ్యక్తులు కానీ గుర్తు వస్తే నాకు చెప్పండి. ఇప్పటికే ఆలస్యమయింది నేను రౌండ్స్ కి వెళ్ళాలి" అని చెప్పి ముగ్గురిని వెళ్ళిపొమ్మన్నాడు ద్రోణ.

సూర్య ఆగి, ఇది ఇద్దరికి సంబంధించిన విషయం కాబట్టి, చంద్ర ను మళ్ళీ తన గదిలో వేయమని అడిగాడు. ద్రోణ సరేనన్నాడు. ముగ్గురూ వెళ్ళిపోయారు.

"సార్, ఇప్పటికే వీళ్లిదరికి అవసరమైన దానికన్నా ఎక్కువ సహాయం చేస్తున్నారు అని మన జైలు నుండి ఎవరో పై అధికారికి కంప్లైంట్ ఇచ్చారు కదా సార్" అన్నాడు చిత్రసేన్.

"తెలుసు చిత్రా, కానీ వీళ్ళకు జరిగినదానితో పోలిస్తే నామీద ఇచ్చిన కంప్లైంట్ ఎంత చెప్పు" అన్నాడు ద్రోణ.

25. కథ మళ్ళీ మొదటికొచ్చింది

అరుణ్ హత్య చేసినది సూర్య చెప్పిన వ్యక్తిని కాదు, అయినా సూర్య కు శిక్ష పడింది. అరుణ్ హత్య చేసిన వ్యక్తి చనిపోలేదు, అయినా అరుణ్ కు శిక్ష పడింది. చంద్ర హత్య చేసిన సుందర్ బ్రతికే ఉన్నాడు, అయినా చంద్రకు శిక్ష పడింది. ఇంత వింత కేసులు ఇప్పటివరకు చూడలేదు అనుకుంటూ తల గోక్కున్నాడు చిత్రసేన్.

గది నంబరు 18లో సూర్య, చంద్ర ఇద్దరూ తల పట్టుకొని కూర్చున్నారు. ద్రోణ చెప్పింది జీర్ణించుకోలేక, రుజువు చేసే దారే కనపడక అయోమయ స్థితి లో ఒకరి మొహం ఒకరు చూస్తూ నిస్సహాయ స్థితి లో ఉన్నారు.

"నేను చేసిన దానికి నువ్వు నన్ను ఏదైనా చేయాలి, లేకపోతే నువ్వు చేసినదానికి నేను నిన్ను ఏదైనా చెయ్యాలి. అసలు ఇంకెవడో మనిద్దరిని ఇరికించాడుఏంటి భయ్యా" అని చంద్రతో అన్నాడు సూర్య.

"ఆ రోజు యాక్సిడెంట్ అయిన తరువాత నిన్ను చూడటం ఈ జైలులోనే" సులోచనగా చెప్పాడు చంద్ర.

"మరి మనిద్దరికీ కలిపి ఒక శత్రువు ఎలా ఉంటాడు?" ఆలోచిస్తూనే అన్నాడు సూర్య కూడా.

ఇద్దరికీ ఎంత ఆలోచించినా ఏమీ అర్థం కావడం లేదు.

విజిటర్స్ డే వచ్చింది. చంద్రను కలవటానికి కూతురు వెన్నెల వచ్చింది. వీక్షణ ఎప్పటిలాగానే వాన్ లో కూర్చొని ఉంది. కూతురితో మాట్లాడి వచ్చాడు చంద్ర. వెన్నెల ఇచ్చిన చాకలేట్లు తీసి సూర్యకు ఒకటి ఇచ్చాడు.

"నీ కూతురుని చూసాను చంద్ర, కాని నీ భార్య ఎందుకు రాలేదు" అని అడిగాడు సూర్య.

"వీక్షణ జైలు దాకా వస్తుంది, కాని వాన్ లోనే కూర్చుంటుంది, నాతో మాట్లాడదు. వెన్నెలను తీసుకు రావడం, తీసుకెళ్లడం మాత్రమే చేస్తుంది" తల వంచుకుని చెప్పాడు చంద్ర.

"ఎందుకు? ఏమయింది, నువ్వు హత్య చేసినందుకేనా?" సూర్య ప్రశ్న.

"మొదటిసారి తను కడుపుతో ఉన్నప్పుడు నన్ను ఆపడానికిచాలా ప్రయత్నించింది. మనం కొట్టుకునే అంత సేపు కార్ లో నుండి అరుస్తూనే ఉంది, తన అరుపులు నాకు కారు బయటకు వినపడలేదు. పట్టించుకోకుండా నేను నీతో చాలా సేపు గొడవ పడ్డాను. ఆ తరువాత ఏం జరిగిందో నీకు తెలుసు! ఆ తరువాత తను మామూలు మనిషి అవ్వడానికి దాదాపు రెండేళ్ళు పట్టింది. నేను హత్య చేసిన రోజు, సుందర్ వద్ద

వాగ్వాదం మొదలయ్యేటప్పుడు కూడా నన్ను ఆపింది, నేను అప్పుడూ పట్టించుకోకుండా కోపం తో ఇంత వరకు తెచ్చుకున్నాను. ఈసారైన తను ఆపమన్నప్పుడు ఆపి ఉంటే ఇదంతా జరిగేది కాదు అని ఒక వైపు, అసలు ఆ రంగులు నచ్చలేదు మార్చాల్సిందే అని తను అని ఉండకపోతే ఇదంతా జరిగేది కాదు అని మరొక వైపు ఆలోచించీ, ఆలోచించీ మళ్ళీ మనోవేదనకు గురయ్యింది. మొదటి సారి ఎన్నో ఆశలు పెట్టుకున్న కడుపులోని బిడ్డ దూరమయింది, రెండవసారి నేను దూరమయ్యాను. డిప్రషన్ లోకి వెళ్ళిపోయింది. పాపతో తప్ప ఎవ్వరితో మాట్లాడదు " కంట నీరు బయటికి రాకుండా ఆపుకున్నాడు చంద్ర.

సూర్య కోసం చంద్ర అరుణ్ తో మాట్లాడాడు, చిత్రసేన్ తో మాట్లాడాడు, ద్రోణతో మాట్లాడాడు. చంద్ర ను ఇలా చూసి, సూర్య కి కూడా ఏదో ఒకటి చేయాలి అని అనిపించింది.

రెండు రోజులు గడిచాయి. ఎంత ఆలోచించినా సూర్య చంద్రులకు ఎలాంటి క్లూ దొరకడం లేదు. ద్రోణ కాస్త వీలు దొరికిందని చిత్రసేన్ తో మళ్ళీ ముగ్గురికి కబురు పెట్టాడు. ముగ్గురు వచ్చి కూర్చున్నారు.

ముగ్గురి మొఖాలు చుస్తూ "ఏదైనా తట్టిందా" అని అడిగాడు ద్రోణ.

ఏమీ లేదు అన్నట్టు తల ఊపారు సూర్య మరియు చంద్ర.

"వీళ్ళ సంగతి నాకు తెలియదు సార్, నాకయితే చాలా మంది తో గొడవలు ఉన్నాయి. కాని వాళ్ళెవ్వరు కారు అని అయితే చెప్పగలను" ఖచ్చితంగా చెప్పాడు అరుణ్.

"నువ్వెలా చెప్పగలవు వాళ్ళెవ్వరూ చేయలేదని?" అని చిత్రసేన్ అడిగిన ప్రశ్నకి,

"వాళ్లకి అంత లేదు సార్, మరీ ఏదో సినిమాలో లాగా ఇంత పెద్ద స్కెచ్ వేసే అంత సీన్ ఎవ్వనికీ లేదు. అయితే గీతే నన్ను చంపేస్తారు కాని ఇంత ఖర్చుపెట్టరు నన్ను ఇరికించడానికి" నమ్మకంగా అరుణ్ సమాధానం.

అందుకు ద్రోణ, "అరుణ్ శత్రువులు చేసే అవకాశం లేదు చిత్రా, కేవలం అరుణ్ శత్రువులో లేక కేవలం సూర్య శత్రువులో చేసిన పని కాదు ఇది. ఎందుకంటే విరూప్ చెప్పిన దాని ప్రకారం అంతకుముందే సుందర్ చంద్ర ఇంటి కాంట్రాక్టు కోసం అన్ని ప్రయత్నాలు చేసాడు" అని వివరించాడు.

"అయితే చంద్ర శత్రువు చేసిఉంటాడా సార్?" అని అడిగాడు చిత్రసేన్.

"అలా చెప్పడానికి కూడా లేదు. అలాంటప్పుడు శ్యాం అనే వాడిని సృష్టించి చంపడం వల్ల చంద్రకు కలిగే నష్టం ఏమి లేదు కదా! కాబట్టి జరిగిన వాటి బట్టి చూసుకుంటే ఖచ్చితంగా ముగ్గురికీ లేదా కనీసం ఇద్దరికీ శత్రువు అయిఉండే అవకాశాలే ఎక్కువ ఉన్నాయి"అని అన్న ద్రోణ, సూర్య మరియు చంద్ర ల వైపు తిరిగి, "మీరిద్దరూ మొత్తం ఎన్ని సార్లు కలిసారు, కలిసిన ప్రతి సారి ఏమి చేసారు" అని సూర్యచంద్రులను సూటిగా చూస్తూ అడిగాడు ద్రోణ.

"అయ్యో సర్, జైలులో కలవక ముందు ఒకే ఒక సారి కలిసాము అది కూడా యాక్సిడెంట్ అప్పుడు మాత్రమే", చెప్పాడు సూర్య.

"అవును సర్ ఒక్కసారే" అని నొక్కి చంద్ర కూడా.

"అయితే ఇద్దరూ మీకు తెలియకుండా విడివిడిగా ఒకే వ్యక్తిని ఏదైనా చేసి ఉండాలి లేక ఆ కలిసిన ఒక్క గంటలోనే ఏదైనా జరిగి ఉండాలి...!" అన్నాడు ద్రోణ.

అది విన్న చిత్రసేన్ తన వంతు బుర్రను పనిలో పెట్టి,"మీ ఉద్యోగాలు ఒకటి కాదు, మీ ఊర్లు ఒకటి కాదు, ఆచార వ్యవహారాలలో పోలిక లేదు" అని సూర్య, చంద్రలని చూస్తూనే,.. "సార్, సూర్య ప్రేమించిన అమ్మాయి నయన భర్త అంటారా...?" అని అడిగాడు.

అందరూ కాస్త అనుమానంగా చూసారు సూర్యను. వెంటనే ద్రోణ చంద్ర వైపు తిరిగి "నీకు అతను తెలుసా? ఎక్కడైనా తారసపడ్డావా? బాగా గుర్తు తెచ్చుకో చంద్ర..." అని అడిగాడు ద్రోణ.

"లేదు సార్. అతనెవరో ఏంటో అస్సలు తెలీదు, కనీసం అతని మొహం ఎలా ఉంటుందో కూడా తెలియదు" అన్న చంద్ర, సూర్య ను చూసి "నయన భర్త ఎలాంటివాడో నీకు తెలుసా సూర్య?" అని అడిగాడు.

"తన గురించి పెద్దగా తెలియదు, కానీ నయన ను మాత్రం బాగానే చూసుసుకుంటున్నాడని చెప్పింది, నేను జైలుకు వచ్చిన తరువాత ఒక్కసారి వచ్చి కలిసింది నయన. సంతోషంగానే ఉన్నాము అన్నట్టు చెప్పింది తను" అని కాస్త ఇబ్బంది పడుతూ చెప్పాడు సూర్య.

"మీ ఇద్దరి సంగతి అతనికి తెలుసా?" అని అడిగాడు చంద్ర.

"తెలియదు అనే అనుకుంటున్నాను" సూర్య.

వెంటనే అరుణ్ "అతను నయనను బాగానే చూసుకుంటూనే ఉంటే, ఎప్పుడూలేనిది నిన్ను కలవడానికి ఎందుకు వస్తుంది భయ్యా?" అని వెటకారంగా అడిగాడు.

సూర్యకు అసలు లేని ఆలోచనను బుర్రలోకి ఎక్కించాడు అరుణ్. నయనకి సంబంధించిన ప్రశ్నలు అడిగితే సూర్య ఇబ్బంది పడుతున్నాడు అని గమనించారు చంద్ర, ద్రోణ.

"పోనీ ఎక్కడుంటాడు, ఏమి చేస్తూ ఉంటాడు అనే వివరాలు తెలుసా" అని అడగడం తప్పలేదు ద్రోణకి.

"పెద్దగా తెలియదు సర్, అతని పేరు క్రాంతి కుమార్, వెలుగుంట అనే ఊరులో ఉంటున్నారు అని తెలుసు అంతే" అన్నాడు సూర్య.

"చిత్రా, ఆ క్రాంతి కుమార్ ఫోటో ఎక్కడైనా దొరుకుతుందేమో చూడు, చంద్రకు చూపిస్తే ఏదైనా క్లూ దొరకొచ్చు" అన్నాడు ద్రోణ.

అలాగే సర్ అంటూ ఆ పనిలో పడ్డాడు చిత్రసేన్.

"సరే ఆ ఫోటో వచ్చేలోపు ఇంకెవరిమీదనయినా అనుమానం ఉందేమో ఆలోచించండి" అని చెప్పి, తన పనిలో పడ్డాడు ద్రోణ.

సూర్య మరియు చంద్ర ఇద్దరూ చిన్నప్పటి నుండి గొడవపడిన వాళ్ళ పేర్లు-వివరాలు అన్నీ ఒకరికొకరు చెప్పుకున్నారు. చిన్న గొడవల నుండి పెద్ద గొడవల దాకా, పెన్సిల్ తగాదాలనుండి స్థలాల తగాదాల దాకా. స్కూల్ లో నుండి కాలేజి ప్రేమాయణాల దాకా అన్నీ పంచుకున్నారు. అయినా లాభం లేదు, ఏ ఒక్క పేరు ఇద్దరినీ కలపట్లేదు. ఏ ఒక్క సంఘటనలో ఇద్దరి ప్రమేయం ఉండే అవకాశం కనపడలేదు.

ద్రోణ తిరిగి వచ్చేసరికి తేలినదేమీ లేదు. సబ్ జైలరు శరద్ ఆఫీసుకు వచ్చాడు, "మీ ముగ్గురు ఇక్కడున్నారా? మీ పనులన్నీ ఎవడు చేస్తాడు" అని ద్రోణ ముందే ముగ్గురినీ అరిచాడు.

సబ్ జైలరుకు గౌరవమిస్తూ ద్రోణ వీళ్ళముగ్గురిని పనులు చేసుకొమ్మని చెప్పి పంపించేసాడు. అరుణ్, చంద్ర వెళ్ళారు, సూర్య మాత్రం వెళ్ళాలా వద్దా అన్నట్టుగా కాస్త అటూ , కాస్త ఇటూ అడుగులు వేస్తున్నాడు. సూర్య ఏదో అడగటానికి సంశయిస్తున్నాడు అని ద్రోణ కు అర్థమయింది.

"ఏంటి సూర్య" అడిగాడు ద్రోణ.

"సర్, అది... చంద్ర జైలుకు వచ్చిన దగ్గర నుండి తన భార్య వీక్షణ తనతో మాట్లాడటం లేదు. తన వల్లే చంద్ర సుందర్ తో గొడవపడి అది హత్యకు దారితీసింది అని అనుకుంటోందట వీక్షణ. వీక్షణ ప్రమేయం లేదు, అంతా ఎవరో చేసారు అని వీక్షణ కు తెలిస్తే తను కోలుకుంటుంది అనిపిస్తుంది సర్. నాకు సహాయం చేయాలని చంద్ర చాలా కష్టపడ్డాడు. ఈ విషయంలో మీరేమయినా చేయగలరా?" అని అడిగేసాడు సూర్య.

"నేను అర్థం చేసుకోగలను సూర్య, కాని ఇప్పటివరకు మనం అనుకునేవన్నీ వాస్తవాలు అని నిరూపించడానికి ఏ ఒక్క ఆధారం లేదు. నిజంగా అది చంద్ర చేయలేదు అని చెప్పాలంటే, వాడు బ్రతికే ఉన్నాడు అని ఖచ్చితంగా చెప్పగలగాలి, అలా చేయాలి అంటే మీరిద్దరూ కలిసి వాడు ఎవరు అయి ఉంటాడో కనుక్కోవాలి. ఖచ్చితంగా తెలియకుండా నేను ఈ సమాచారాన్ని ఎవ్వరికీ చెప్పలేను" అన్నాడు ద్రోణ.

అర్థంచేసుకున్నట్టుగా తల ఊపుతూ తన పనికి వెళ్ళిపోయాడు సూర్య. పనులు పూర్తిచేసుకొని ఎవరి గదులకు వాళ్ళు వెళ్ళిపోయారు.

26. వెలుగివ్వని క్రాంతి

రెండు రోజులు గడిచాయి, చిత్రసేన్ వెలుగుంట వెళ్ళి క్రాంతి ఫోటో మరియు అతని వివరాలు సేకరించి తెచ్చాడు. క్రాంతికి వెలుగుంటలో ఒక సినిమా హాల్ ఉంది. తన భార్య, కొడుకు తో చాలా సంతోషంగా జీవనం గడుపుతున్నాడు. సూర్య మరియు చంద్రల హత్య ఘటనల రోజుల్లో అనుమానాస్పదం గా ఏమి వ్యవహరించలేదు.

సినిమా హాలులోని పనివాళ్ళని కనుక్కోగా ఈ ఘటనలు జరిగిన రెండు రోజులు పెద్ద పెద్ద సినిమాలు రిలీజు అయిన రోజులు కాబట్టి ఖచ్చితంగా క్రాంతి హాలులోనే ఉన్నాడు అని చెప్పారు. అది నిజమేనని ఆ ఏరియాకి సంబంధించిన డిస్ట్రిబ్యూటర్ కూడా చెప్పాడు.

నయన స్నేహితురాలి వద్ద కనుక్కోగా సూర్య విషయం క్రాంతి కి తెలియదని, ఇప్పుడు దయచేసి ఈ ఇన్వెస్టిగేషన్ పేరుతో వాళ్ళ మద్యకి ఎలాంటి మనస్పర్థలు తీసుకురావద్దు అని చిత్రసేన్ ను బ్రతిమిలాడింది.

కనుక్కుని వచ్చినదంతా పూసగుచ్చినట్టు ద్రోణ కు చెప్పాడు

చిత్రసేన్. పూర్తిగా విన్న ద్రోణ, సుర్యచంద్రులను పిలిపించాడు.

ఈ కేసు ఒక కొలిక్కి వస్తుందేమో అనే ఆశతో చిత్రసేన్ ఆ ఫోటోను చంద్ర కు చూపించి "ఇతను తెలుసా" అని అడిగాడు. ఫోటోను తీక్షణం గా చూసిన చంద్ర తెలియదని చెప్పాడు.

"ఎప్పుడైనా వెలుగుంట అనే ఊరికి వెళ్ళావా?" అని అడిగాడు ద్రోణ.

"లేదు సర్, అలాంటి పేరుగల ఊరు ఉన్నట్టు కూడా నాకు తెలియదు" చెప్పాడు చంద్ర.

"పోనీ సినిమాలకు సంబందించిన వ్యవహారాలలో ఎప్పుడైనా పాల్గొన్నవా? గుర్తు తెచ్చుకో" చిత్రసేన్.

"లేదు సార్ అలాంటివేవి చేయలేదు, నేనూ నా కుటుంబం నా ఆఫీసు అంతే, మరే విషయాలలో నేను ఉండను" అన్న చంద్ర మాటలకి, "కాస్త ఆలోచించి గుర్తుతెచ్చుకో చంద్ర" అని గుచ్చి అడిగాడు చిత్రసేన్.

సూర్యకి కాస్త ఇబ్బంది గా అనిపించి, "సార్, తెలియదు అంటున్నాడు గా, బలవంతంగా ఆ క్రాంతిని ఇరికించవద్దు" అన్నాడు.

పరిస్తితి అర్థం చేసుకున్న ద్రోణ, "అదేం లేదు సూర్య, కేవలం ఏదైనా క్లూ దొరుకుతుందేమో అని అడుగుతున్నాడు చిత్రసేన్, ఎవరినీ బలవంతం గా ఇరికించే ఉద్దేశం లేదు" అన్నాడు.

చంద్ర చిత్రసేన్ ను చూసి, "సర్ మీరు మాకు సహాయం చేయడానికి మీ సాయశక్తులా ప్రయత్నిస్తున్నారు. దానికి మేము కృతజ్ఞులం, కాని ఇతను నాకు ఎక్కడా తారసపడలేదు. ఖచ్చితంగా

చెప్పగలను, దయచేసి నమ్మండి" అన్నాడు.

ద్రోణ కూడా సరేనంటూ, ఆ వివరాలు పక్కన పెట్టివేయమని చిత్రసేన్ కు చెప్పి, "పోనీ మీరు ఇంకెవరిగురించి అయినా ఆలోచించారా? పిసరంత అనుమానం కలిగినా నాకు చెప్పండి, నా వైపు నుండి వివరాలు కనుక్కుంటాను" అని అడిగాడు ద్రోణ.

"లేదు సర్, ఎంత ఆలోచించినా మేమిద్దరం జైలుకు రాక ముంది ఎదురుపడినది ఒకే ఒక్క సారి అది కూడా ఆ యాక్సిడెంట్ జరిగినప్పుడే" అన్నాడు చంద్ర.

"సరే, ఆ రోజు యాక్సిడెంట్ అవ్వక ముందు కానీ, యాక్సిడెంట్ జరిగినప్పుడు కానీ, యాక్సిడెంట్ అయిన తరువాత కానీ ఎవరెవరిని కలిసారు? ఏవైనా వాదనలు లేదా గొడవలు లాంటివి చోటుచేసుకున్నట్టు గుర్తుందా?" ఉపయోగపడే ఏ వివరమైనా దొరుకుతుందేమోనని అడిగాడు ద్రోణ.

ఇద్దరూ మళ్ళీ ఆలోచనలో పడ్డారు. "లేదు సర్, అర్థరాత్రి నుండి డ్రైవ్ చేస్తూనే ఉన్నాను, యాక్సిడెంట్ లో గొడవ తరువాత అంతా చేయి జారిపోయింది. ఏమి చేయలేని నిస్సహాయత స్థితిలో ఎవడితో గొడవపడతాను సర్" అన్నాడు సూర్య.

"ఇంటి నుండి బయలుదేరాము సర్, ప్రశాంతంగా వెళుతున్నాము, యాక్సిడెంట్, కార్ లో వీక్షణ చాల నొప్పి తో అరుస్తోంది, గబగబా ఆసుపత్రికి తీసుకు వెళ్లాను. హాస్పిటల్ దారిలో కాని, హాస్పిటల్ సిబ్బందితో కానీ ఎలాంటి వాగ్వాదం జరగలేదు" చెప్పాడు చంద్ర కూడా.

ఎంతకీ తేలకపోవడంతో ద్రోణ ఇక చేసేదేమీ లేదనిపించింది.

సూర్య చంద్రులు బయట పడాలంటే అసలు దీనివెనకున్నది ఎవరో తెలయాలి.

"ఇంకెందుకు ఈ ఫైలు" అనుకున్న చిత్రసేన్ క్రాంతి వివరాలు పక్కన పడేసాడు.

ద్రోణ కన్నా చిత్రసేన్ కి ఈ కేసు మీద ఆసక్తి పెరిగింది. సూర్యచంద్రులు ఎదురుపడ్డ ప్రతి సారి, ఏదైనా క్లూ దొరుకుతుందేమో అని వాళ్ళని రకరకాల ప్రశ్నలడిగి వివిధ కోణాల్లో ఈ కేసును చూడడం మొదలుపెట్టాడు.

27. ఊహించని పరిణామం

కావాలని చేసిన తప్పుకు శిక్ష అనుభవించటం వేరు, పొరపాటున చేసిన తప్పుకు శిక్ష అనుభవించటం వేరు. కాని దాదాపు పది సంవత్సరాలు శిక్ష అనుభవించిన తరువాత, అసలు తప్పే జరగలేదు అని తెలిసిన తరువాత కలిగే ఆ మనో వేదన వర్ణనాతీతం.

అరుణ్ ఈ జైలుకు వచ్చే ముందు దాకా పశ్చాత్తాపం ఉండేది సూర్య చంద్రులలో, కానీ ఇప్పుడు నిజం తెలిసిన తరువాత మనుషులు కాలేకపోతున్నారు. జైలులో ఎందుకున్నారో తెలియదు, చేసిన తప్పేంటో తెలియదు, ఇదంతా చేసేది ఎవరో తెలియదు, ఎందుకు చేస్తున్నారో తెలియదు.

చేయని తప్పా? తెలియని తప్పా?

ఇది మాత్రం మానసిక శిక్ష. తప్పు చేసి జైలుకు వచ్చే వాడికన్నా ఎక్కువ మొత్తం లోనే అనుభవిస్తున్నారు. ఇక ద్రోణ కూడా చేసేదేమీ లేక పట్టీ పట్టనట్టుగా ఉండేసరికి సూర్య మరియు చంద్ర బయటపడగలం అనే

ఆశ పోయి నిర్వేదంలో ఉన్నారు.

అరుణ్ కు మిగిలి ఉన్నది తక్కువ శిక్ష కాబట్టి, ఇప్పుడు నిజం తెలిసినా అరుణ్ కు పెద్దగా ఉపయోగం లేదు. ఈ కొద్ది కాలాన్ని ఏదోలా పూర్తి చేసుకుంటే చాలు అన్నట్టున్నాడు.

జైలుకు అడిగినట్టే ఆర్థిక వనరులు పెంచినప్పటికీ పనులు మాత్రం జరగటం లేదు అని ఉన్నతాధికారులు ద్రోణను ప్రశ్నించారు. ఒక్కసారిగా ప్రశ్నించేసరికి ద్రోణ కూడా ఇబ్బంది పడి, పూర్తిగా జైలు పనులలో పడిపోయాడు.

చిత్రసేన్ మాత్రం ఎలాగయినా వీళ్ళ శిక్ష పూర్తి అయ్యేలోపు ఈ గందరగోళ కేసును ఛేదించాలి అనే పట్టుదలతో ఉన్నాడు. ఇంత దాకా లాగి చివరకు సూర్యచంద్రులను వాళ్ళ ఖర్మ కు వదిలేసాడు అని ద్రోణ మీద కోపం మరియు అసహనం పెరిగాయి. ద్రోణ ఏదైనా చేస్తాడేమో అని రోజులు తరబడి ఎదురుచూసిన చిత్రసేన్ కు ఏమీ చేయడం లేదు అని తెలిసి ఉండబట్టుకోలేక ద్రోణ వద్దకు వచ్చాడు.

"ఏంటి చిత్రా ఈ సమయంలో వచ్చావు" అని అడిగాడు ద్రోణ.

"సార్" అన్నాడు చిత్రసేన్.

"ఏంటో చెప్పు" అన్నాడు ద్రోణ.

కూర్చుని ఉన్న ద్రోణ వద్దకు వచ్చి తన చెయ్యి పట్టుకొని బలవంతంగా లేపి, లాగి భరద్వాజ్ ఫోటో ముందు నిలుచోబెట్టాడు. చిత్రసేన్ ప్రవర్తన ద్రోణకు అర్థం కావడం లేదు.

"ఎన్ని సార్లు సార్, మీరు ఇక్కడ నిలుచొని సూర్య మరియు చంద్రుల గురించి ఆలోచించారు! ఎవరి మానాన వాళ్ళుంటే మీరే కదా

ఇద్దరినీ కలపాలి అని పంతం పట్టారు. అనుకున్నట్టుగానే వేరొక జైలరు చేయలేని పని మీరు చేసారు. వాళ్ళ రొద విన్నారు, వాళ్లకి ఆశ కల్పించారు, ఇప్పుడు వదిలేసారు" అని పొట్టలో ఉన్నదంతా కక్కేసాడు చిత్రసేన్.

ద్రోణకు చిత్రసేన్ బాధ అర్థమయింది. చిన్నగా నవ్వి, "చిత్ర..." అంటూ చిత్రసేన్ భుజం మీద చేయి వేసాడు. ఈలోపు సబ్ జైలరు శరద్ వచ్చి ఒక కవర్ ద్రోణ కు ఇచ్చి వెళ్ళాడు.

"ఇది తెరిచి చదువు చిత్ర" అన్నాడు ద్రోణ.

చాలా చిరాకుగా మొహం పెట్టి ఆ కవర్ ఓపెన్ చేసి లెటర్ బయటకు తీసాడు చిత్రసేన్.

"సత్ప్రవర్తన లిస్టు సార్"

"మరి ఏముంది అందులో కూడా చదువు"

పూర్తిగా చదివిన చిత్రసేన్ కళ్ళల్లో ఆనందం, "నలుగురు ఖైదీలకు సత్ప్రవర్తన పరిగణ లోకి తీసుకొని వచ్చేనెల విడుదల చేస్తున్నారు సార్" అని మెరిసే కళ్ళతో చెప్పాడు చిత్రసేన్.

"మరి ఎవరెవరు విడుదల అవుతున్నారు? "

ఆనందంతో "విజయ్, చంద్ర, శ్రవణ్ మరియు సూర్య" అని చదివాడు చిత్రసేన్.

"నాకు మాత్రం లేదా చిత్రా సూర్య చంద్రులకు సహాయం చేయాలి అని! తండ్రికి మాటిచ్చాను, వాళ్ళు నా బాధ్యత అని. ఎంత ప్రయత్నించినా, ఆ శ్యాం అలియాస్ సుందర్ ఎవడో తెలిసే దారులు కనపడటం లేదు. ఒకవేళ తెలిసినా ఇదంతా జరిగింది అని సాక్ష్యాలు సేకరించి, కోర్టుకు వివరించి, నిజం నిరూపించేలోపు పుణ్యకాలం

గడిచిపోతుంది, ఈ లోపు వాళ్ళే శిక్ష పూర్తి చేసుకొని బయటకు వచ్చేస్తారు కూడా. ఆ సుందర్ గాడిని పట్టుకోవడంలో పెట్టే సమయాన్ని వీళ్ళిద్దరినీ సత్ప్రవర్తన ద్వారా విడుదల చేయించే పని లో పెట్టాను. దాని వల్ల వీళ్ళు త్వరగా బయటకి వెళ్ళిపోతారు. మహా అయితే కొన్ని సంవత్సరాలు కోర్టు చెప్పినట్టుగా నడుచుకుంటే చాలు" అన్నాడు ద్రోణ.

"ఇది అస్సలు ఊహించలేకపోయాను సార్, మీరు దేవుడు సార్ అన్న చిత్రసేన్, "మరి ఆ శ్యాం-సుందర్ ని వదిలేసినట్టేనా?" అని అడిగాడు.

"లేదు చిత్రా, వీళ్ళు బయటపడ్డాక వాడు బయటకొచ్చే అవకాశం ఉంది, అప్పుడు మాత్రం తప్పించుకోలేడు" అన్నాడు ద్రోణ.

నిజమే అనుకుంటూ తల ఊపుకుంటూ, ఈ కబురు సూర్యచంద్రులకు చెప్పడానికి వెళ్ళాడు చిత్రసేన్. నిలుచున్నచోటే తండ్రి ఫోటోను చూసుకుంటూ నిలబడ్డాడు ద్రోణ. చిత్రసేన్ చెప్పీచెప్పగానే సూర్య. చంద్రలు ఇద్దరు హుటాహుటిన ద్రోణ వద్దకు వచ్చారు. ఇంకా తండ్రి ఫోటో వద్దనే ఉన్న ద్రోణ కాళ్ళు పట్టుకొని కృతజ్ఞతలు తెలిపారు.

"హే, చిన్న వాడిని, మీరలా చేయకూడదు" అని చెప్పి ఇద్దరినీ కుర్చోపెట్టాడు ద్రోణ. "నేను చేసినది ఏమి లేదు, నా వైపు నుండి మీ ప్రవర్తన గురించి పై అధికారులకు పంపించాను" అన్నాడు.

"లేదు సార్, ఏ జైలరూ ఇంతలా ఖైదీల గురించి ఆలోచించడు, ఇంతలా ఖైదీల గురించి పట్టించుకోడు. మీరు మాకు మరో జన్మను ఇచ్చినట్టే సర్" అన్నాడు చంద్ర.

సూర్యకు ఆనందంలో మాటలు రావడం లేదు. వణుకు

గొంతుతో "మీరు జైలరుగా వచ్చే ముందు దాకా ఒక జీవచ్ఛవం లా గడిపాను ఈ జైలు లో, మీరు వచ్చి నాతో బలవంతంగా మాట్లాడించారు, శతవిధాలా మేము కలవడానికి ప్రయత్నించారు, నాకు కొత్త జీవితం మీద ఆశ కలిగేలా చేసారు, ఇప్పుడు నేను బయట అడుగుపెట్టేలా చేస్తున్నారు. ఏమి చేసి ఋణం తీర్చుకోగలను" అన్నాడు.

"నా జైలరు బాధ్యత నేను నిర్వర్తించాను సూర్యా, మీ మాటలన్నీ నాకు కాదు, మా నాన్నగారికి వెళతాయి. ఆయన వల్లే నేను ఇలా ఉన్నాను" అన్నాడు ద్రోణ.

అరుణ్ కి విషయం తెలిసింది. పరుగు పరుగున వచ్చాడు. వామ్మో ఇప్పుడు వీడు ఎంత గొడవ చేస్తాడో అనుకున్నాడు చిత్రసేన్.

అరుణ్ వచ్చి ద్రోణ చేయి పట్టుకొని, "మీరు ఉత్తమ జైలరు సర్, సలాం" అన్నాడు.

అందరూ ఆశ్చర్యపోయారు. అసలు అరుణ్ నుండి ఇలాంటి స్పందన ఊహించలేదు.

"పాపం అమాయకులు వీళ్ళు, నావల్ల ఒకడు ఇందులో ఇరుక్కున్నాడు, నేను చంపబోయినవాడు నా నుండి తప్పించుకొని ఇంకొకడి వలలో పడ్డాడు. నా లాంటి వాడు ఉండాలి సార్ జైలులో, వీళ్ళు కాదు" అన్నాడు అరుణ్.

చంద్ర, సూర్య వచ్చి అరుణ్ ను హత్తుకున్నారు. అందరి కళ్ళల్లో నీళ్ళు తిరిగాయి. ద్రోణకు దండం పెట్టారు. నాకు కాదు అని తన తండ్రి ఫోటో ను చూపించాడు ద్రోణ. చిత్రసేన్ తో సహా అందరు భరద్వాజ్ ఫోటోకు దండం పెట్టి ఎవరి పనికి వాళ్ళు వెళ్ళిపోయారు.

నెల రోజులు వాయువేగంలో గడిచిపోయాయి. విడుదల రోజు రానే వచ్చింది. విజయ్ మరియు శ్రవణ్ లు చాలా ఆనందం గా ఉన్నారు, వాళ్ళ కుటుంబం మొత్తం వచ్చింది తీసుకువెళ్ళడానికి. ఎప్పుడు పేరు పిలుస్తారా, ఎప్పుడు తన వాళ్ళతో కలిసి వెళ్ళిపోవచ్చా అని ఎదురు చూస్తున్నారు.

సూర్య, చంద్ర మాత్రం కాస్త దిగులుతో కూర్చొని ఉన్నారు. చంద్ర వీక్షణను ఎలా ఎదురుకోవాలా అని, సూర్య తనకోసం ఎవరూ రారు అని. ముందు శ్రవణ్ ను పిలిచారు. అరగంటలోపే విజయ్ ను పిలిచారు.

కాసేపటికి చిత్రసేన్ వచ్చి "అయ్యా సూర్యచంద్రులారా ఇద్దరూ రండి" అని పిలిచాడు.

ఒకరి ముఖాలు ఒకరు చుసుకుంటూ బయటికి కనిపించే మహాదానందంతో, కనపడని కంగారు,గుబులుతో ఇద్దరూ మెల్లగా వెళ్ళి చూడగా అక్కడ వీక్షణ మరియు వెన్నెల ఉన్నారు. వీక్షణ కళ్ళనిండా నీళ్ళతో వచ్చి చంద్రను హత్తుకుంది.

ఇద్దరినీ ఒకేసారి పిలిచారు అని సందేహాత్మకంగా చిత్రసేన్ వైపు చూసాడు సూర్య.

"నీ పేరు కూడా వీక్షణే చెప్పింది" అని చెప్పాడు చిత్రసేన్.

సూర్య కి అర్థం కాలేదు. సూర్యను పక్క బల్ల మీద కుర్చోపెట్టి విషయం చెప్పటం మొదలుపెట్టాడు చిత్రసేన్.

28. శరద్భంగం

ద్రోణ తనకు జైలరుగా ఉద్యోగం రాగానే, అప్లికేషనులో మొదటి ఆప్షన్ సైంధవభవనం అని పెట్టాడు. ఉన్నతాధికారులు తన తండ్రి భరద్వాజ్ ఈ జైలుకు చేసిన సేవలు మరియు పరీక్షల్లో ద్రోణ ప్రదర్శన చూసి ఇక్కడ జైలరుగా వేసారు. శరద్ కు సబ్ జైలరు నుండి జైలరు గా పదోన్నతి ఇస్తాము కానీ వేరే జైలు ఇస్తామన్నారు. శరద్ అందుకు ఒప్పుకోలేదు. తన ఇల్లు, పొలం, సంసారం అంతా ఇక్కడే అవ్వడంతో ఇదే జైలులో సబ్ జైలరుగానే ఉంటాను అన్నాడు.

సూర్య కి చెప్తున్నాడు చిత్రసేన్, "మరి అది మనసులో పెట్టుకున్నాడో ఏమో గాని, ద్రోణ సర్ మీ ఇద్దరికీ ప్రత్యేక పక్షపాతం చూపుతున్నాడు అని ఉన్నత అధికారులకు ఫిర్యాదు చేసినట్టున్నాడు శరద్ సర్. ఆయన తప్ప ఎవరు చేస్తారు అలాంటి ఫిర్యాదు? "

శరద్ మీద తన అనుమానాన్ని చెప్పి, "వెంటనే ద్రోణ సర్ ను పిలిచి జైలరు కు ఖైదీలు అందరూ ఒక్కటేనని, వారిలో ఏ ఒక్కరి పట్ల ప్రత్యేక శ్రద్ధ చూపరాదని మందలించారట. నాకు కూడా ఇదంతా మొన్ననే

తెలిసింది. ఇక ఆ మధ్య నువ్వు వచ్చి వీక్షణకు జరిగినది చెప్తే కాస్త కుదుట పడుతుంది అని ద్రోణ సర్ ను అడిగినప్పుడు శరద్ కూడా ఆ పక్కనే ఉన్నాడు. అందుకే నీకు కుదరదు అని చెప్పి పంపించేసాడు, కాని ఆయన వీక్షణకు ఫోన్ చేసి జరిగినదంతా చెప్పి, మీ ఇద్దరి పరిస్థితి పూర్తిగా వివరించాడు" అని సూర్యతో చెప్పుకొచ్చాడు.

గత రెండు నెలలుగా ద్రోణ ఎందుకు పట్టించుకోనట్టున్నాడో సూర్యకు అర్థమయింది. చంద్ర మాత్రం సంతోషంలో ఉక్కిరిబిక్కిరి అయిపోతున్నాడు. వీక్షణ మామూలు స్థితి లో కనపడుతోంది. వెన్నెల గెంతులేస్తోంది.

"ఒక సారి ద్రోణ సర్ ను కలవచ్చా" అని అడిగాడు సూర్య.

"లేదు సూర్య, ఈ జైలులో విడుదల ప్రక్రియ చూసుకోవలసింది శరద్ సర్. కాబట్టి ద్రోణ సర్ విడుదలకు సంభందించిన పత్రాలన్నిటిలో సంతకాలు చేసి శరద్ సర్ కు ఇచ్చేసారు. ఈ సమయంలో ఏ చిన్న పొరపాటు జరిగినా తనకూ ఇంకా మీ ఇద్దరికీ కూడా ఇబ్బంది అవుతుందేమో అని ఆయన ఈ ప్రక్రియ కు దూరం గా ఉన్నారు" అని చెప్పాడు చిత్రసేన్.

ఇంతలో వీక్షణ సూర్య వద్దకు వచ్చి పలకరించింది. "మీ గురించి కూడా ద్రోణ సర్ చెప్పారు" అని సూర్యతో అనగా ఆ మాట విన్న శరద్ మొహం మాడిపోయింది.

"మీ వాళ్ళను కలుద్దాము అనుకున్నాను కాని ఎవరూ రాలేదు అని చెప్పారు, అందుకే నేనే మీ ఇద్దరినీ తీసుకెళదాం అని ఇద్దరి పేర్లు చెప్పాను" అని సూర్యతో చెప్పింది వీక్షణ.

శరద్ వచ్చి వీక్షణ నుండి సంతకాలు తీసుకుంటున్నాడు, వీక్షణ

శరద్ తో "ద్రోణ సర్ ఎక్కడ ఉన్నారు ఆయనను ఒకసారి కలిసి కృతజ్ఞతలు చెప్పాలి" అంది.

నిప్పుకి ఆజ్యం పోసినంత పని అయింది. శరద్ మొహంలో పట్టరాని కోపం కనబడుతుంది. అది గమనించిన చిత్రసేన్, "అమ్మా, ఆయన జైలు పని మీద బయటకు వెళ్లారు, రావడానికి చాలా సమయం పడుతుంది" అని చెప్పాడు.

"పరవాలేదు ఎంత సేపు అయినా ఇక్కడే ఉండి కలిసి వెళతాము" అంది వీక్షణ.

"ఈయన సబ్ జైలరు శరద్ గారు, ఈయన కూడా మీ వారి విడుదలకు చాలా సహాయం చేసారు" అని కాస్త శరద్ ను చల్లబరిచే ప్రయత్నం చేసాడు చిత్రాసేన్. కాని అది శరద్ కోపాన్ని మరికొంచెం పెంచింది.

వీక్షణ వెంటనే శరద్ కు చాలా కృతజ్ఞతలు అని చెప్పి, తిరిగి ద్రోణను పొగడటం మొదలుపెట్టింది. శరద్ కోపం ఏ ప్రమాదానికి దారితీస్తుందో అని చిత్రసేన్ సూర్య వైపు సైగ చేసాడు. సూర్య వెంటనే చంద్రకు విషయం వివరించాడు.

"మనం వెళదాము వీక్షణ" అన్నాడు చంద్ర.

"లేదు చంద్ర, ఇంత సహాయం చేసారు, కాసేపు ఉండి కలిసి వెళదాము" అని బదులిచ్చింది వీక్షణ.

"సరే ఆ చెట్టు కింద కూర్చుందాం పద" అన్నాడు చంద్ర.

అక్కడనుండి వెళ్ళే ముందు శరద్ వద్దకు వచ్చి, సూర్య మరియు చంద్ర కరచాలనం చేయడానికి చేయి జాచారు.

"హత్య చేసిన కిరాతకులు, మీకు నా చేయి ఇవ్వాలా, మీ బ్రతుకెంత మీరెంత" అని గట్టిగా అరిచాడు శరద్.

శరద్ తీరుకి వీక్షణకి కోపం వచ్చింది. పరిస్థితి శృతి తప్పుతుంది అని గమనించిన చిత్రసేన్ వెంటనే ద్రోణకు ఫోన్ చేసి విషయం చెప్పాడు. వెంటనే బయలుదేరి వస్తున్నాను అన్నాడు ద్రోణ.

"అదృష్టం బాగుండి ముందుగా వెళ్ళిపోతున్నారు ఆ ద్రోణ దయతో, మీ స్థాయి తెలుసుకొని మసులుకోండి" అంటూ మళ్ళీ ఇద్దరినీ కించపరిచాడు శరద్.

"సర్, మర్యాదగా మాట్లాడండి" అంది వీక్షణ.

"ఆ మీకే ఇవ్వాలి మర్యాద, పక్కనుండి హత్య చేయించిన నువ్వే చెప్పాలి నాకు మర్యాద గురించి, అసలు నిన్ను వేయాలి జైలులో" అని వీక్షణను అరిచాడు శరద్.

చంద్రకు పట్టరాని కోపం వచ్చింది. శరద్ మీదకు అమాంతం వెళ్లబోయేసరికి సూర్య మధ్యలోకి వచ్చేసి చంద్రను గట్టిగా పట్టుకున్నాడు.

"చంద్ర, నా మాట విను. ఒక్కసారి గత రెండు సందర్భాలలో నువ్వు గొడవపడినప్పుడు ఏమయిందో గుర్తు తెచ్చుకో. పక్కనే ఉన్న వీక్షణను చూడు, నీ పాప వెన్నెలను చూడు" అన్నాడు సూర్య.

నిలుచున్నవాడు నిలుచున్నట్టే ఉన్నాడు కళ్ళల్లోంచి ప్రవాహంలా నీరు కారుతోంది చంద్రకు. కన్నీరు ఆపుకొని, శరద్ వైపు తిరిగి, రెండు చేతులు జోడించి శరద్ కు దండం పెట్టాడు. సూర్య కూడా శరద్ కు దూరం నుంచే దండం పెట్టాడు. శరద్ మొహంలో నోరు అదుపు తప్పిన పశ్చాత్తాపం కనపడింది.

చిత్రసేన్ వీక్షణ వద్దకు వెళ్ళి, "అమ్మా మీరు వెళ్ళండి, వీలు చూసుకొని ద్రోణ సర్ మిమ్మల్ని కలుస్తారు" అన్నాడు.

వీక్షణకు కూడా గతం కళ్ళముందు గిర్రున తిరిగింది. వెంటనే వెళ్ళిపోదాం అని చెప్పింది. డ్రైవర్ కారు తీసుకువచ్చాడు. చంద్ర, వీక్షణ, వెన్నెల వెనక కుర్చోగా సూర్య ముందు కూర్చున్నాడు.

సరిగ్గా కార్ మెల్లగా సైంధవభవన ముఖద్వారం దాటుతోంది అనగా ఎదురుగా ద్రోణ కారులో వస్తున్నాడు.

"ద్రోణ సర్" అన్నాడు సూర్య, చంద్ర మరియు వీక్షణ కూడా చూసారు. వెనుక నుండి శరద్ చూస్తున్నాడు.

ఆపమని సూర్య డ్రైవరుకు చెప్పేలోపు, ద్రోణ కారులో నుండి కాస్త తల బయటకి పెట్టి మీరు వెళ్ళండి తరువాత కలుస్తాను అన్నట్టుగా సైగ చేసాడు.

అలాగే అన్నటు సైగ చేసారు సూర్య, చంద్ర.

కారు సైంధవభవనం వీడింది, అలా అడివిని చీల్చుకుంటూ ఉన్న ఒకే ఒక్క దారిలో సూర్యచంద్రులు జైలు విముక్తులయ్యారు.

29. ద్రోణవీక్షణం

దాదాపు పది సంవత్సరాల తరువాత సూర్య జైలు గోడల బయటి ప్రపంచాన్ని చూస్తున్నాడు. దారిపొడుగునా ఉన్న చెట్టునూ, పుట్టనూ, పక్షిని, పురుగుని, ఇలా ఏది కనిపించినా సూర్యకు కన్నుల పండుగగానే అనిపిస్తోంది. చాలా సంతోషం గా ఉన్నాడు.

వెన్నెల చంద్ర ను గట్టిగా పట్టుకొని నిద్రపోయింది. చంద్ర మనసులో చెప్పలేని ప్రశాంతత. వీక్షణ మాత్రం ఏమీ మాట్లాడడం లేదు. చాలా దీర్ఘం గా ఆలోచిస్తున్నట్టుగా కనిపించింది. వీక్షణను చూసి చంద్రకు గుబులు మొదలయింది. ఇందాక శరద్ తో గొడవ అయ్యింది అని మళ్ళీ డిప్రెషన్ లోకి వెళ్ళిపోయిందేమో అని భయం వేసింది. పరిస్తితులు అలాగే ఉన్నాయి.

చాలా భయంతోనే చంద్ర ధైర్యం చేసుకొని "వీక్షణ" అని పిలిచాడు.

వీక్షణ ఉలిక్కి పడింది.

"సారీ సారీ" అన్నాడు చంద్ర.

"అయ్యో ఎందుకు చంద్ర నేను ఏదో ఆలోచిస్తూ నిన్ను పట్టించుకోలేదు, నేనే సారి" అనింది వీక్షణ.

"హమ్మయ్య, నువ్వు అంత దీర్ఘంగా ఆలోచిస్తుంటే ఒక్కసారిగా భయపడ్డాను" అన్నాడు చంద్ర.

"అదేమీ లేదు, ఇందాక ద్రోణ సర్ మనకి ఎదురయ్యారు కదా!" అంది వీక్షణ.

"అవును, కలవటం కుదరలేదు. పరవాలేదులే కాస్త కుదురుకున్నాక వచ్చి కలుద్దాం" అన్నాడు చంద్ర.

"అది కాదు చంద్ర, నేను ఆయనను ఎక్కడో చూసాను..."అని అనుమానంగా చెప్పింది వీక్షణ.

ఇది వినగానే సూర్య వెనక్కి తిరిగి చూసాడు.

"అవునా, చూసే ఉంటావులే నీది ఫోటోగ్రాఫిక్ మెమరీ, ఏ బస్టాండ్ లోనో, రైల్వేస్టేషన్ లోనో, లేదా పేపర్ లోనో ఎప్పుడో చూసే ఉంటావు" అన్నాడు చంద్ర.

"లేదు చంద్ర, నేను ఆయనను కార్ లో నుంచే చూసినట్టు గుర్తువస్తోంది. ఇలాగే ఇక్కడే కూర్చుని ఉన్నాను, ద్రోణ బయట నుండి నన్ను చాలా సార్లు పిలిచాడు. సరిగ్గా గుర్తురావడం లేదు!" చెప్తుంది వీక్షణ.

"నీకు గుర్తు రాకపోవడం ఏంటి? ఎప్పుడో అయిదు సంవత్సరాల వయసులో నువ్వు చూసిన వాళ్ళనే పేరు, చూసిన తేదీ తో సహా చెప్పగలవు" అన్నాడు చంద్ర.

గొర్రెలు అడ్డు రావడంతో కారు మెల్లగా వెళుతోంది. గొర్రెల కాపరి గొర్రెలన్నింటినీ పక్కకి పంపి, వీక్షణ కూర్చున్న వైపు కారు అద్దం మీద తడుతూ, ఇంక మీరు వెళ్ళొచ్చు అన్నట్టుగా చెప్పాడు.

అలా గొర్రెల కాపరి అద్దం మీద తడుతుంటే, వీక్షణ మళ్ళీ ఉలిక్కిపడింది.

"వదిలేయి వీక్షణ ఇంటికి వెళ్ళాక ఆలోచిద్దాంలే" అన్నాడు చంద్ర.

"లేదు లేదు, ఇలాగే తట్టాడు, ఇలాగే తట్టాడు ద్రోణ" అని కంగారుగా చెప్పింది వీక్షణ.

చంద్రకి, సూర్యకి ఏమి అర్థం కావడం లేదు. వీక్షణ ద్రోణ పేరును బహువచనం నుండి ఏకవచనానికి మార్చేసింది.

"అతన్ని చూసాను... చాలా దగ్గరగా చూసాను..." అంటుంది.

"అతనెవరు? ద్రోణ సర్ గురించేనా నువ్వు మాట్లాడేది?" అని అడిగాడు చంద్ర.

"అవును అతనే"

"వీక్షణ గారూ, అంతా ఓకే నా" అని అడిగాడు సూర్య.

సూర్య వైపు చూసింది వీక్షణ, వెంటనే చంద్ర వైపు చూసింది, ఇలా ఇద్దరివైపు కాసేపు అదేపని గా చూసింది.

"హా గుర్తొచ్చింది. ఆ రోజు మనకు యాక్సిడెంట్ అయింది కదా....."

చంద్ర వీక్షణను ఆపి, "ఇప్పుడు అవన్నీ ఎందుకు" అన్నాడు.

"అబ్బా విను చంద్ర, మనకి యాక్సిడెంట్ అయింది. నువ్వు, ఈయన ఇద్దరూ విపరీతంగా వాదులాడుకుంటున్నారు. కార్ డోర్ వేసే ఉంది. నేను లోపలనుండి గట్టిగా నిన్ను పిలుస్తున్నాను కానీ నీకు వినపడటం లేదు" అని అప్పటి విషయాన్ని చెబుతుంది వీక్షణ.

"వీక్షణా, ఇప్పుడివన్నీ ఎందుకు? "సూర్య కూడా ఉన్నాడు అన్నట్టు సైగ చేస్తూ అరిచాడు చంద్ర.

"చెప్పనీ చంద్ర, అంతా బయటకు రానివ్వు" అన్నాడు సూర్య.

"అబ్బా... అది కాదు, కాస్త నేను చెప్పేది వింటారా?" అని బ్రతిమిలాడింది వీక్షణ.

"నేను నొప్పి భరించలేక అరుస్తూ ఉంటే, మీరు ఇద్దరు కొట్టుకుంటూ ఉంటే, ఒక అబ్బాయి మీ దగ్గరకు వచ్చాడు".

సూర్య, చంద్ర ఇద్దరు ఒకరి ముఖాలు ఒకరు చూసుకున్నారు.

"అబ్బాయా...?" అని ఇద్దరూ ఒకే సారి అడిగారు.

"అవును నాకు బాగా గుర్తు, ఒక పదిహేను పదహారు సంవత్సరాల కుర్రాడు. మీ ఇద్దరి మధ్యలోకి వచ్చాడు, మిమ్మల్ని ఏదో అడిగాడు. ఇద్దరూ కోపంలో ఊగిపోతున్నారు, అతన్ని తోసేసారు" అని చెప్పింది.

సూర్య, చంద్ర చాలా కోపంతో ఉండడం వల్లనో, ఆ ఘటన జరిగిన వెంటనే వీరి జీవితాలు చెదిరిపోవడం వల్లనో, లేక జరిగి పది సంవత్సరాలు దాటడం వల్లనో గాని, వీళ్ళకి అసలు ఆ విషయం గుర్తులేదు.

"అది నీకు ఇప్పుడు ఎందుకు గుర్తు వచ్చింది వీక్షణ?" అడిగాడు చంద్ర.

"మీరు ఇద్దరూ నెట్టేసేసరికి అతను వచ్చి మన కార్ ముందు పడ్డాడు. లేచి కార్ లో ఉన్న నన్ను చూసాడు. నేను కూర్చున్న వైపు తలుపు అద్దం మీద గట్టిగా కొడుతూ, చాలా సేపు ఏదో బ్రతిమిలాడాడు. నేను నొప్పిలో ఉన్నాను, తలుపు కూడా తీయలేని పరిస్తితి. బదులు కూడా ఇవ్వలేకపోయాను. ఎంత సేపటికీ నేను పలకక పోయేసరికి మళ్ళీ మీ దగ్గరకు వచ్చాడు. ఈసారి కూడా మీరు పట్టించుకోకుండా తోసేసారు" అని చెప్పింది వీక్షణ.

సరేలే, అప్పుడు మేము ఉన్న పరిస్థితి నీకు తెలుసు కదా అన్నాడు చంద్ర.

"అది సరే చంద్ర, ఆ అబ్బాయి ఇందాక మనకి ఎదురు వచ్చిన ద్రోణ అని చెబుతున్నాను" అంది వీక్షణ.

సూర్య మరియు చంద్రలు ఒకరిమొహం ఒకరు చూసుకున్నారు, ఒక్కసారిగా సమయం ఆగిపోయిందా అన్నట్టు అనిపించింది ఇద్దరికీ. "మీరిద్దరూ కొట్టుకునే సమయంలో మీ మధ్యలోకి ఎవరైనా వచ్చారా?" అని ద్రోణ అడిగిన మాటలు గుర్తుకువచ్చాయి వారికి. "అసలు ఆరోజు ఏమి జరిగిందో గుర్తు తెచ్చుకోండి" అని పలు మార్లు పలు సందర్భాలలో ద్రోణ అడిగినవి కళ్ళ ముంది కదిలాయి సూర్య, చంద్ర కళ్ళల్లో. చాలా సేపటివరకు మాటలు లేవు. నిర్ఘాంతపోయారు ఇద్దరూ. ద్రోణ మాటలు అన్నీ ఒక్కొక్కటిగా మళ్ళీ మళ్ళీ వినబడుతున్నాయి సుర్యచంద్రులకి. "ఎవరయినా ఆపే ప్రయత్నం చేసారా? ఎవరయినా ఆపి ఉంటే బాగుండేది? ఆ రోజు మీరిద్దరూ కాకుండా ఇంకెవరయినా తారసపడ్డారా? "ఇలా ద్రోణ అడిగిన ప్రశ్నలకు ఇప్పుడు వీక్షణ సమాధానం ఇచ్చింది.

సూర్య కాస్త తేరుకొని, ఆ శ్యాం అలియాస్ సుందర్ ద్రోణ ఏమో

అని "మరి ఆ రోజు చంద్ర సుందర్ తో గొడవ పడినప్పుడు మీరు ఉన్నారు కదా, అతను ద్రోణ నా?" అని వీక్షణ ను అడిగాడు.

"లేదు, నేను ఆ రోజు సుందర్ ను సరిగా చూడలేదు. చంద్ర మీదనే ఉంది నా దృష్టి అంతా" అని చెప్పింది వీక్షణ.

30. సూర్యగ్రహణం

ద్రోణ పెద్ద పూలదండ తీసుకుని ఆఫీసులో పెట్టాడు. తన బూట్లు విప్పి, బయట ఉన్న కుళాయి వద్దకు వెళ్ళి, ప్యాంటు పైకి మడుచుకొని, కాళ్ళు శుభ్రంగా కడుక్కున్నాడు. లోపలికి వచ్చి, తన తండ్రి భరద్వాజ్ ఫోటోకు బొట్టు పెట్టి, తెచ్చిన దండ వేసి, రెండు చేతులూ జోడించి దండం పెట్టుకుంటున్నాడు.

చిత్రసేన్ టీ తీసుకొని ఆఫీస్ లోపలికి వచ్చాడు. ద్రోణ కళ్ళుమూసుకొని దండం పెట్టుకోవడం చూసి, టీ టేబుల్ మీద పెట్టి వెళ్ళిపోతుండగా ద్రోణ కాళ్ళను గమనించాడు. ఎడమ మోకాలి కింద పెద్ద మచ్చ కనపడింది.

చిత్రసేన్ కు చమటలు పట్టాయి. సరిగ్గా శ్యాం అలియాస్ సుందర్ యొక్క కాలిని అరుణ్ పొడిచిన దగ్గరే ద్రోణ కు కూడా కత్తి గాటు కనపడుతోంది.

ద్రోణ కళ్ళు తెరిచి చిత్రసేన్ ను చూసాడు. ఆ కాలి మీద మచ్చనే చూస్తున్న చిత్రసేన్ కు తల గిర్రున తిరుగుతోంది. చిత్రసేన్ వచ్చాడు అని గమనించిన వెంటనే తన ప్యాంటు కిందకి సర్దుకున్నాడు ద్రోణ.

"ఇప్పుడు నాకు టీ వద్దు చిత్రా, తీసుకువెళ్ళిపో" అన్నాడు ద్రోణ.

చిత్రసేన్ టేబుల్ మీద ఉన్న టీ కప్పు తీసుకున్నాడు కానీ చేయి విపరీతంగా వణకడంతో సగం టీ అక్కడే టేబుల్ మీద ఒలికిపోయింది.

"క్షమించండి సార్, తుడుస్తాను" అని చాలా గాబరా గా తన జేబులో నుండి రుమాలు తీసి తుడుస్తున్నాడు. రుమాలు కిందపడిపోవడంతో, కంగారులో ఏం చేస్తున్నాడో కూడా తెలియకుండా తన చొక్కా అంచుతో తుడవడం మొదలుపెట్టాడు.

చిత్రసేన్ వ్యవహారం తేడాగా ఉందని గమనించిన ద్రోణ, అతని భుజం మీద చేయి వేసి, "ఏమయింది చిత్రా?" అని అడిగి "ఆగు... వదిలేయ్ తుడవడం" అన్నాడు.

చిత్రసేన్ ఒక్కసారిగా తుడవడం ఆపేసాడు.

"కూర్చో" అని చిత్రసేన్ ను కుర్చోపెట్టిన ద్రోణ, "ఇలాగే నేను గాబరాగా ఉన్నప్పుడు మా నాన్నగారు నన్ను వాకింగ్ కు తీసుకుని వెళ్ళి, చాలా విలువైన విషయాలు చెప్పేవారు" అని భరద్వాజ్ ఫోటో వద్దకు వెళ్ళాడు ద్రోణ.

"మా నాన్న భరద్వాజ్ భూపతి, మృదు స్వభావి, అసలు ఇంత మెతక మనిషికి జైలరుగా ఉద్యోగం ఎలా వచ్చిందో అని ఆయనని మా ఇంట్లో వాళ్ళంతా అంటూ ఉండేవారు. ఈ అడవి దాటగానే ఘాట్ రోడ్డు పక్కన జైలు క్వార్టర్స్ ఉండేవి. అందులోనే మా కుటుంబం ఉండేవాళ్ళం.

ఇప్పుడంటే పులులకు కేటాయించారు కానీ అప్పటికి ఇది టైగర్ జోన్ కాదు. టైగర్ జోన్ చేసాక అక్కడ క్వార్టర్స్ తీసేసి ఇప్పుడు మీ ఊరి దగ్గరలో కట్టారు" అంటూ చిత్రసేన్ కు తన గతం చెప్పడం మొదలు పెట్టాడు ద్రోణ.

"సుమారు పది సంవత్సరాల క్రితం, ఆ రోజుతో నా బడి చదువు అయిపోయింది. ఇక్కడ ఉండి అంత కన్నా చదవలేము. ఇక తల్లితండ్రులకు దూరంగా వెళ్ళి చదువుకోవాలి అన్న ఆలోచన నన్ను కలిచివేసింది. ఆ రాత్రంతా గుబులుతో నాకు నిద్ర పట్టలేదు. నైట్ డ్యూటీ చేసి వచ్చిన మా నాన్న నన్ను చూడగానే నేను దిగులు పడుతున్నాను అని అర్థం చేసుకున్నారు. అలా వాకింగ్ కు వెళదాం పదా అన్నారు. సుమారు ఉదయం ఎనిమిది గంటలు అయ్యింది. మీరు ఇప్పుడే వచ్చారు, విశ్రాంతి తీసుకోండి అని చెప్పినా వినలేదు. అలా ఘాట్ రోడ్డు పక్కగా నడుస్తున్నాము. ఇంటి నుండి చాలా దూరం వెళ్ళాము. జైలు విషయాలు, ఖైదీల విషయాలు చెప్పుకుంటూ చివరికి నా పై చదువుల ప్రస్తావన తెచ్చారు ఆయన. "నీ బడి చదువు అయిపోయింది భూపతి, ఏమి చేద్దామనిఅనుకుంటున్నావు? నువ్వు కూడా మంచి జైలరువి అవ్వాలి అని అన్నారు", నా పేరు ద్రోణ భూపతి, మా నాన్నగారు ఒక్కరే నన్ను భూపతి అని పిలిచేవారు.

"రోజంతా నేరాలు చేసేవాళ్ళతో ఉండటం నా వల్ల కాదు" అని అన్నాను.

"నేరాలు చేసేది కూడా మనుషులే, పరిస్థితులవల్ల చేయాల్సి వస్తుంది, అందుకు శిక్ష అనుభవిస్తున్నారు కదా. అయినా జైలరు కాదు కానీ, నిన్ను కలెక్టరుగా చూడాలి భూపతి, నువ్వు కలెక్టరు, నేను జైలరు.

నేను నీ వద్దకు వచ్చి, నా జైలుకు కావలసినవన్నీ అడుగుతాను. నువ్వు వెంటనే చేయిస్తావు" అని అన్నారు మా నాన్న."

జరిగినదంతా తలుచుకుంటూ చిత్రసేన్ తో చెబుతున్నాడు ద్రోణ. చిత్రసేన్ మాత్రం లోపల అలుముకున్న భయంతో, బయట మొహాన పట్టిన చమటతో ద్రోణ చెప్పేది వింటున్నాడు.

"అలా నన్ను కలెక్టర్ అవ్వమని చెప్పాడో లేదో, ఒక్కసారిగా పెద్ద శబ్దం, మేము రహదారి పక్కనే నడుస్తున్నాము, ఎదురుగా పెద్ద ట్రక్కు, పెద్దగా హారన్ కొడుతూ వేగంగా వచ్చి దాదాపు మా ఇద్దరినీ గుద్దినంత పని చేసి పక్కనుంచి వెళ్ళిపోయింది. నేను హమ్మయ్య అనుకొని రెండు అడుగులు ముందుకు వేసి, పక్కకి చూసేసరికి ఆయన లేరు. మా నాన్నగారికి గుండె పట్టేసింది. రహదారి పక్కనే దిగువకు దొర్లుకుంటూ వెళ్ళి కింద పడ్డారు" ద్రోణ ముఖాన తట్టుకోలేని బాధ, బలవంతంగా దిగమింగుకొని చెప్పడం కొనసాగించాడు.

"వెంటనే వెళ్ళి లేపాను, కాని లాభం లేదు, స్పృహ కోల్పోయారు. అప్పటికి నా వయసు పదహారు. ఏమి చేయాలో తెలియదు. అంతా నిర్మానుష్యం గా ఉంది. గట్టిగట్టిగా అరుస్తున్నాను, ఏడుస్తున్నాను కానీ వినే నాధుడు లేడు. దిక్కుతోచని పరిస్థితుల్లో ఇక ఇంటికి పరిగెడదాము అనుకున్నాను. సరిగ్గా అప్పుడే రోడ్డుపై నుండి పెద్ద శబ్దం. హుటాహుటిన వెళ్ళి చూసాను. రోడ్డు పైకి ఎక్కగానే ఒక ఇరవై అడుగుల దూరంలో రెండు కార్లు గుద్దుకొని కనపడ్డాయి."

చిత్రసేన్ కి అర్థమైపోయింది ఆ రెండు కార్లు ఎవరివో. నిర్ఘాంతపోయి ద్రోణ చెప్పేది వింటున్నాడు.

"ఎట్టకేలకు మనుషులు కనిపించారు, పరిగెత్తుకుంటూ వాళ్ళదగ్గరికి వెళ్లాను. ఇద్దరు మనుషులు, ఒకరినొకరు తిట్టుకుంటున్నారు, వాదులాడుకుంటున్నారు, కొట్టుకుంటున్నారు. కాసేపు ఆగే పరిస్థితి కాదు నాది. వెళ్ళి వాళ్ళను ఆపి సహాయం అడగడానికి ప్రయత్నించాను. ఒకడు నన్ను గట్టిగా తోసేసాడు, ఎగిరి వెళ్ళి ఒక కార్ దగ్గర పడ్డాను. ఆ కారులో ఒక ఆడ మనిషి ఉంది. నా గుండెలు బాదుకొని, ఆ కారు అద్దం తడుతూ ఆమెను నాకు సాయం చేయమని బ్రతిమిలాడాను. నేను ఎంత వేడుకున్నా ఆమె నన్ను పట్టించుకోలేదు. కనీసం కార్ అద్దం కుడా దించలేదు. మళ్ళీ వారిద్దరి దగ్గరకు వెళ్ళి, కాళ్ళు పట్టుకొని ప్రాధేయపడ్డాను. మళ్ళీ తోసేసారు. చేసేది ఏమీ లేక, గబగబా మా నాన్నగారి వద్దకు వెళ్లాను. పాపం ఆయనలో చలనం లేదు. చేతులూ, కాళ్ళు రుద్దాను. గుండెల మీద నాకు తెలిసిన CPR చేసాను అయినా లాభం లేదు!"

అలా మనోవేదన బయటపెట్టిన ద్రోణ మొహం కొంచెం కోపం రంగు పూసుకుంది, "మెల్లగా ఆయనను ఒక చెట్టు కిందకి లాగి, ఈసారి బ్రతిమిలాడయినా బెదిరించి అయినా వాళ్ళ కార్ తెచ్చేద్దాము అని వెళ్లాను. నేను వెళ్లేసరికి రెండు కార్లు తలో వైపు దూరంగా, వేగంగా వెళ్ళిపోతున్నాయి. ఆకాశానికి వినపడేలా అరిచాను కాని వాళ్ళు వినిపించుకోలేదు. ఇంటికి పరుగుతీసాను" అని చెప్పి, కళ్ళు మూసుకున్నాడు ద్రోణ. గొంతులో బాధను దిగమింగుకుంటున్నాడు.

చిత్రసేన్ కళ్ళార్పకుండా నిలుచున్నాడు, తన కళ్ళు కూడా చెమ్మగిల్లాయి. ద్రోణ నిస్సహాయ స్థితిని ఊహించుకోవడానికి కుడా ఇబ్బంది గా ఉంది చిత్రసేన్ కి.

"దారిలో ఒక ట్రాక్టరు ఎదురయ్యింది, ట్రాక్టరులో ఆసుపత్రికి తీసుకు వెళ్లాను. అప్పటికే ప్రాణం పోయింది. కాస్త ముందు తెచ్చి ఉంటే

బ్రతికే అవకాశం ఉండేది అని చెప్పారు వైద్యులు" అని చెప్పి కళ్ళు తెరిచాడు ద్రోణ.

చిత్రసేన్ వైపు చూసి, "ఇప్పుడు ఇదంతా నీకు ఎందుకు చెబుతున్నానూ అంటే, ఇదిగో ఈ కవర్ లో ఉన్న లెటర్ చూడు" అన్నాడు ద్రోణ.

చిత్రసేన్ ఆ లెటర్ ను తెరిచి చదివాడు. ద్రోణకు కలెక్టర్ గా ఉద్యోగం వచ్చినట్టు ఉంది అందులో.

"మా నాన్నగారు చివరిసారిగా నాతో మాట్లాడినప్పుడు రెండు కోరికలు కోరారు. ఒకటి నేను జైలరు అవ్వాలి అని, రెండవది నేను కలెక్టరు అవ్వాలి అని" అన్నాడు ద్రోణ.

చిత్రసేన్ ముఖంలో చమటలు చూసి, "ఏ చిత్రా నీకు ఆనందంగా లేదా" అని అడిగాడు ద్రోణ.

"ఆ లేదు సార్, అంటే అదే సార్, ఉంది సార్" అన్నాడు చిత్రసేన్ చెమట తుడుచుకుంటూ.

"నన్నేమైనా అడగాలనుకుంటున్నావా చిత్రా?" అని అడిగాడు ద్రోణ.

"ఏమి లేదు సర్, అదీ సుందర్...." అని చిత్రసేన్ అనగానే ద్రోణ చిత్రసేన్ కళ్ళల్లోకి సూటిగా చూసాడు.

చిత్రసేన్ గొంతు ఆగిపోయింది "ఏమి లేదు సార్, నేను వెళతాను, పనులు ఉన్నాయి" అంటూ వెనక్కి తిరిగాడు చిత్రసేన్.

"నా దగ్గర భయపడుతున్నావా చిత్రా, ఇదేనా నన్ను అర్థం చేసుకున్నది? అడుగు, ఏంటి సుందర్ అంటున్నావు?" అన్నాడు ద్రోణ.

ద్రోణ వైపు తిరిగే ధైర్యం సరిపోలేదు చిత్రసేన్ కు. అలా వెనక్కి తిరిగే అడిగాడు, "అదీ, అదేమీ లేదు సార్. సుందర్ సూర్యచంద్రులకి ఇంత అన్యాయం చేసాడు అనుకునేవాడిని కాని, వీళ్ళ వల్ల ఆ సుందర్ కి ఏమి జరిగి ఉంటుందో తెలియదు కదా సార్! ఖచ్చితంగా సుందర్ కు ఏదో తీరని అన్యాయమే జరిగి ఉంటుంది, అందుకే ఇలా చేసి ఉంటాడు" అన్నాడు చిత్రసేన్.

"నిజంగా నీకలా అనిపిస్తుందా?" అడిగాడు ద్రోణ.

"అవును సార్ బలమయిన కారణం ఉండే ఉంటుంది... ఉండే ఉంటుంది... కారణం లేకుండా ఏదీ జరగదు కదా సార్... కానీ... ఏం లేదు సర్ నేను వెళతాను" అన్నాడు చిత్రసేన్.

"వదలవు కదా, ఆ కానీ ఏమిటో అడిగేయ్ " అన్నాడు ద్రోణ.

"అదేమీ లేదు సర్ నేను ఇంక వెళతాను" అన్నాడు చిత్రసేన్.

"కూర్చో చిత్రా, అన్నిటికీ సమాధానాలు తెలుసుకొని వెళ్ళు" అని చెప్పి చిత్రసేన్ ను కూర్చోపెట్టాడు ద్రోణ.

"సుందర్ కి సూర్యచంద్రుల వల్ల తీరని నష్టం ఏర్పడి ఉండవచ్చు, కానీ ఆ డ్రైవర్ అరుణ్ మధ్యలో బలి అయ్యాడేమో కదా సార్?" అని ఉండబట్టుకోలేక అడిగేసాడు చిత్రసేన్.

ద్రోణ భరద్వాజ్ ఫోటో ఎదురుగా నిలుచుని, ఫోటో చూసుకుంటూ, "అరుణ్ ఒక లారీ డ్రైవరు, పెద్ద వాహనం ఉంది కదా అని, దానికి పెద్ద పెద్ద హారన్ లు పెట్టుకోవడం, అది కూడా అనుమతికి మించి శబ్దం వచ్చే హారన్ పెట్టుకోవడం సరదా ఈ లారీ డ్రైవర్లకు. కానీ రహదారి మీద లారీ నడిపేటప్పుడు, సరదా కోసం హారన్ లు కొట్టకూడదు కదా

చిత్రా. అది కూడా రహదారి ప్రక్కన మనుషులు నడుస్తుండగా, అందులోనూ ప్రత్యేకించి పెద్దవాళ్ళు, గుండె బలహీనంగా ఉన్నవాళ్ళు నడుచుకుంటూ వెళ్ళేటప్పుడు అంత పెద్ద శబ్దం చేసే హరన్ అస్సలు నొక్కకూడదు. అలా నొక్కడం వల్ల మనుషులకు గుండెపోటు వచ్చే అవకాశం ఉంటుంది, తద్వారా కుటుంబం రోడ్డున పడే అవకాశం కూడా ఉంటుంది. బహుశా సుందర్ కు అలా హారన్ కొట్టడం నచ్చి ఉండదు" అన్నాడు ద్రోణ.

చిత్రసేన్ నోరెళ్ళబెట్టి భరద్వాజ్ ఫోటో వంక చూసాడు. ద్రోణ చాలా నిదానంగా, ప్రశాంతంగా మాట్లాడేసరికి చిత్రసేన్ లో భయం, గాబరా అదుపులోకి వచ్చాయి.

"సార్ మీరు ఆ మధ్య సెలవు పెట్టి సుందర్ ను వెతకడానికి వెళ్లారు... మరీ...?" అన్నాడు చిత్రసేన్.

ద్రోణ నవ్వుతూ, "ఆ సమయంలోనే నేను కలెక్టర్ ఇంటర్వ్యూ ఇచ్చాను" అన్నాడు.

"ఓహో... " అన్నాడు చిత్రసేన్.

అంటే సెలవులు పెట్టింది సూర్యచంద్రుల కోసం కాదనమాట, ఈయన కలెక్టర్ అవ్వటానికా! అని మనసులో అనుకున్నాడు.

"ఇంకేమయినా సందేహం ఉందా?" అని అడిగాడు ద్రోణ.

"సందేహం? నాకు? ప్రశ్నలు వేసేది మీరే, సమాధానాలు చెప్పేది మీరే, నేనేదో పెద్ద డిటెక్టివ్ లాగ ఫైల్ ల మీద ఫైళ్లు తిరగేయటం. రోజుకో కొత్త విషయం కనుక్కుంటున్నాను అని అనుకోవటం. ఇన్ని నెలల్లో పరుగులు పెట్టిన కేసులో ప్రతి అడుగు మీరు వేయించినదే." ఇలా

మనసులో కొన్ని వందల ఆలోచనలతో నోరెళ్ళబెట్టి చలనం లేకుండా ద్రోణ ముఖం వైపు చుస్తూ ఉండిపోయాడు చిత్రసేన్.

ద్రోణ "చిత్రా..." అనడంతో తేరుకున్నాడు.

కొన్ని వందల ప్రశ్నలు మెదులుతున్నాయి చిత్రసేన్ బుర్రలో, కొన్నిటికి అయినా సమాధానాలు వెతికే ప్రయత్నం మొదలుపెట్టాడు.

"ఒక చిన్న సందేహం సర్. సూర్య మరియు చంద్రలలో చంద్ర ఒక సంవత్సరం తక్కువ శిక్ష అనుభవించాడు కదా, మరి సుందర్ చంద్రను వదిలేస్తాడంటారా?" అని అడిగాడు చిత్రసేన్.

"మనుషులకు చిన్నప్పటినుండి అలవడిన కొన్ని గుణాలు ఉంటాయి చిత్ర. ఒకడు మన దగ్గరికి వచ్చి కాళ్ళు పట్టుకొని ఏదో అడుగుతుంటే విదిలించుకునేవాడు ఒకడు, ఎదుటి వాడు విదిలించినా తోపులాటలో తోయబడ్డాడు అని వెంటనే సారి అని చెప్పేవాడు ఒకడు. చంద్ర ఆ రెండవవాడు అయి ఉంటాడు" అన్నాడు ద్రోణ.

"ఒక చిన్న సారి చెప్పినందుకు ఒక సంవత్సరం శిక్ష తగ్గించావా" అని లోపల అనుకున్న చిత్రసేన్, "తెలిసో తెలియకో ఏదో హత్య కేసులో శిక్ష అనుభవిస్తున్నారు, ఒక్కసారిగా వీళ్ళు తప్పు చేయలేదు అయినా శిక్ష అనుభవిస్తున్నారు అని తెలుసుకోవాల్సిన అవసరం ఏమి వచ్చిందో సర్ వీళ్ళకి? " అన్నాడు చిత్రసేన్.

"తప్పు చేసి జైలులో జీవితం గడిపితే ఏముంటుంది చిత్రా? తప్పు చేయకపోయినా విలువైన జీవిత కాలం జైలుపాలు అయిపొయింది అనుకుంటే కదా శిక్ష పడినట్టు. పోనీ చేసిన తప్పు హత్యచేయటం కాదు ఇంకోటి ఉంది అని తెలుసుకునే ప్రయత్నం అయినా మొదలుపెట్టుకుంటారు" అన్నాడు ద్రోణ.

వామ్మో అనుకున్నాడు చిత్రసేన్. ఆ యాక్సిడెంట్ జరిగినప్పుడు తను ఎక్కడున్నాడో గుర్తుతెచ్చుకునే ప్రయత్నం చేసాడు. తను ఆ రోజు స్కూల్ లో ఉన్నట్టు గుర్తు తెచ్చుకొని హమ్మయ్య అనుకున్నాడు.

"మిగతా జైలు శిక్ష కూడా అనుభవించి వుండాలి కదా, మరి ఇప్పుడు మధ్యలోనే విడుదల అయ్యారు సూర్యచంద్రులు. సుందర్ వీళ్ళను వదిలేస్తాడో లేకా.." అన్నాడు చిత్రసేన్.

"లేదు చిత్రా, లెక్క సరిపోయింది అనుకొని ఉండొచ్చు సుందర్" అన్నాడు ద్రోణ.

"అనుకునే ఉంటాడు సర్... అనుకునే ఉంటాడు" అంటూ అలా ఆఫీసు బయట ఆ పక్కగా శరద్ నడుచుకుంటూ వెళ్ళడం చూసాడు చిత్రసేన్. ఇది కూడా తగులుతుందేమో ఒకసారి రాయి వేద్దాం అనుకున్నాడు. "సార్, మన సబ్ జైలరు శరద్ సర్ మీకు ఇక్కడికి రాకముందే తెలుసా?" అని అడిగాడు.

"ఆ రోజు ట్రాక్టర్ వేసుకొని అటుగా వెళ్ళింది మన శరద్ సర్ ఏ కదా, మమ్మల్ని ఆసుపత్రికి చేర్చింది ఆయనే" అన్నాడు ద్రోణ.

"అర్థమయింది సార్. బాగా అర్థమయింది అని ద్రోణకు దండం పెట్టి లేచి మెల్లగా దిక్కులు చూస్తూ వెళ్ళిపోతున్నాడు చిత్రసేన్.

"సూర్యచంద్రుల కేసులో ఇంకేమయినా సందేహాలు ఉంటే అడగొచ్చు, అలాగే నీకు ఏవైనా ఆధారాలు దొరికితే చెప్పు" అన్నాడు ద్రోణ. తనలో తాను నవ్వుకుంటూ వెళ్ళిపోయాడు చిత్రసేన్.

31. కలెక్టర్ ద్రోణ భూపతి

సూర్యచంద్రులు విడుదలయిన కొన్ని రోజులకే ద్రోణ తన జైలరు బాధ్యతలను శరద్ కు అప్పగించి జైలు మరియు క్వార్టర్స్ ఖాళీ చేసి వెళ్ళాడు. శరద్ జైలరు అయ్యాడు. శరద్ కావాలనే జైలరు పోస్టును ద్రోణకు ఇచ్చాడు అని తెలుసుకున్నాడు చిత్రసేన్. పైకి మాత్రం ఇష్టం లేనట్టుగా ఉండేవాడు అని అర్థమయింది.

కొంతకాలానికి, అరుణ్ చిత్రసేన్ వద్దకు వచ్చి, "సర్, ద్రోణ సర్ తో మాట్లాడాలి ఎలా కలవాలి" అని అడిగాడు.

"ఎందుకు" అని అడిగాడు చిత్రసేన్.

"అద్భుతమయిన క్లూ ఒకటి దొరికింది సార్, సూర్య మరియు చంద్ర మద్య యాక్సిడెంట్ జరిగిన రోజు, అటు ఇటు గా అదే సమయంలో నేను కూడా అదే రోడ్డు మీద ప్రయాణించాను అని గుర్తుకువచ్చింది. ఇలా అన్నీ కలవడం చూస్తూ ఉంటే ఆ రోడ్డు మీదే ఏదో జరిగినదేమో అని నా అనుమానం" చెప్పాడు అరుణ్.

చిత్రసేన్ కు ఏమి సమాధానం చెప్పాలో అర్థం కాలేదు. "మనిద్దరం పెద్ద డిటెక్టివ్స్ అవ్వాల్సిన వాళ్ళం అరుణ్, ఇక్కడే ఉండిపోయాం, సర్లే నువ్వెళ్ళు" అన్నాడు చిత్రసేన్.

"వీడికి చెప్పడం దండగ, ఈసారి ద్రోణ సర్ ఎప్పుడైనా ఈ జైలుకు వస్తే చెప్తాను," అని గొణుక్కుంటూ వెనక్కి తిరిగి వెళుతున్నాడు అరుణ్.

చిత్రసేన్ ఆపి, " బాబు అరుణ్, ఇంకొన్ని నెలలలో విడుదల అవుతున్నావు, నీ లారీకి అడ్డమయిన హారన్ లు ఏవైనా ఉంటే వెళ్ళిన వెంటనే పీకేసేయ్, నీకూ నీ భవిష్యత్తుకు మంచిది" అన్నాడు.

"అర్థం లేకుండా మాట్లాడతాడేమిటి, ఏమైంది వీడికివాల!" అని మనసులో అనుకుంటూ, అలాగే అన్నట్టుగా తల ఊపుతూ వెళ్ళిపోయాడు అరుణ్.

చంద్ర గది మీదుగా వెళుతున్న చిత్రసేన్ అక్కడ ఆగి మరో ఆలోచనలో పడ్డాడు. "అసలు చంద్ర ఉండే గదిలోనే పైపులు ఎందుకు లీక్ అయ్యాయి? వరుణ్ కు నెలల తరబడి సెలవులు రావడమేంటి? అయినా నా పిచ్చి గాని ఇన్ని చేసినవాడు ఒక్క పైపును విరగ్గొట్టలేడా...! అంతా ద్రోణమాయ అని తనలో తాను మాట్లాడుకుంటూ గదికి ఎదురుగా ఉన్న ఒక చెట్టు కింద కూర్చున్నాడు.

ఇంతలో శరద్ వచ్చి, "ఏంటి చిత్రా ఏదో సంశయంలో ఉన్నట్టున్నావు?" అని అడిగాడు.

"ఏమి లేదు సార్, నా ప్రశ్నలకు అంతు ఉండదు, వాటి సమాధానాలు విన్నాక నాకు మతి ఉండదు! మీరు వెళ్ళండి సార్" అని చంద్ర గది వైపే చూస్తూ కూర్చున్నాడు చిత్రసేన్.

కలెక్టరు ఆఫీస్ గేటు వద్ద పూలదండ పట్టుకొని అధికారులు ఎదురు చూస్తున్నారు. సుమారు ఉదయం పది గంటల సమయంలో ఒక ప్రభుత్వ వాహనం లోపలికి వచ్చింది. అందులోనుంచి కొత్త కలెక్టరు 'ద్రోణా భూపతి' దిగారు. తన చేతిలో భరద్వాజ్ ఫోటో ఉంది.

కల్లెక్టరు ఆఫీస్ లోపలికి వెళ్ళగానే ఆ ఫోటోను తన టేబుల్ కి ఎదురుగా గోడకు తగిలించి, రెండు చేతులూ జోడించి, కళ్ళుమూసుకొని నమస్కరించుకున్నాడు.

ఒక గోడగా, నా చుట్టూ జరిగేవే కాక, నా చుట్టూ తిరిగే మనసులలో మెదిలేవి కూడా మీకు అందించే ప్రయత్నం చేసాను. నాతో నేరుగా మాట్లాడేవారు కొందరు, నా ముందు నిలుచుని మనసులో మాట్లాడుకునేవారు కొందరు, నా పై తల వాల్చుకొని జరిగిన సంఘటనలని తిరిగి స్మరించుకునేవారు కొందరు, నా మీద జ్ఞాపకాలు తగిలించిన వారు మరి కొందరు.

మరో గోడుతో మీ ముందుకు వచ్చేదాకా, ఈ గోడకు సెలవు ఇప్పించగలరు.

శుభం

www.ingramcontent.com/pod-product-compliance
Lightning Source LLC
LaVergne TN
LVHW091958210825
819277LV00035B/370